Prema Paarijaatamu

Jillela Venkata Shiva Rao

తొలిపలుకు

చదువరులారా!

నేను కవినిగాని భాషాకోవిదుఁడను గాని కాను. అందువలన నీ గ్రంథము విద్యాప్రభావమునుగాని భాషాపటుత్వమునుగాని ప్రదర్శించుటకుద్దేశించి వ్రాయఁబడినది కాదు. నాకుఁగల అల్ప ప్రపంచానుభవ సంసారజన్యమైన జ్ఞానదృష్టియందు వ్యసనాంధకార బంధురితమగు రెండువిషయములు గోచరించి నామనస్సును మిక్కిలి వేధింపదొడఁగినవి. అందొకటి ప్రాపంచికాభిలాషతో తమశక్తికొలంది మానవసేవయొనర్చుచు తమ వలన నితరప్రాణులకు లేశంబేని హానికలిగింపక పరోపకారాశయముతో జీవింపనెంచు నిరపరాధులగు సాధుమూగ జీవజంతుమారణ విధానమును, రెండవది తోడిమానవులు వారి దేహబలమును ధారవోసి స్వంతహస్తములతో భూమాతనారాధించి, పండించి నేత్రానందకరంబై ఆరోగ్యప్రదములగు కూరదినుసుల నన్నిటిని తమ తోడిమానవసంఘమునకు చేతులార గుడువనిచ్చుచు కాముమాత్రము అనారోగ్యము యసహ్యమును జరామృతులుంగల మాతాపితృ శుక్లశోణితోద్భవమును మేదో మజ్జాస్థి పురీష సముదాయ సంకులమగు జంతుకళేబరములను ఆహారపదార్థములో మిళితమొనర్చి భక్షింపుచుండుటయుఁజూడ నామనోవేదన మిక్కుటమయ్యెను. ప్రచారము వలన రాజ్యములుసహితము తారుమారగుట మనకందరకును ననుభవైకవేద్యమే! తగినప్రచారము చేసినచో సంఘముసగల

Kalaprapurna

Sree Vikramadeo Varma D. Litt.

Maharajah of Jeypore.

Fort Jeypore (Orissa)

14th April 1943.

Dear sir,

I thank you for the two copies of your 'PREMA-PARIJATAMU' sent by you.

It is regrettable that now-a days many persons kill animals not only in the name of sacrifices and balis but for their own belly sake. I fully hope that persons who read your book will certainly be reluctant to commit such crimes.

Yours sincerely,

(Sd.) VIKRAMADEO VARMA,

Maharajah of Jeypore.

తెలుగు అనువాదము.

మీరు పంపించిన రెండు ప్రేమపారిజాత పుస్తకములకును కృతజ్ఞత తెల్పుచున్నాను ఈ కాలములో చాలమంది వ్యక్తులు యాగములు బలులునిమిత్తమేగాక స్వోదరపూరణ నిమిత్తమున్నూ జంతువులను వధించుట మిక్కిలి పశ్చాత్తాప విషయమై యున్నది. మీపుస్తకమును చదివిన వ్యక్తులు నిస్సందేహముగ నట్టిపాపకృత్యములను పరిత్యజించెదరని సంపూర్ణముగ విశ్వసించుచున్నాను.

(సం) శ్రీ విక్రమ దేవ్ వర్మ,

మహారాజా ఆఫ్ జయపూర్.

ఆంధ్రవ్యాసుని ఆశీర్వచనము.

భారతాది శతాధిక గ్రంథకర్తలును, స్వర్ణాభిషిక్తులును, కవిగండపెండేర విభూషణ భూషితులును, మహామహోపాధ్యాయ, కళాప్రపూర్ణ, కవిరాజ, కవిసార్వభౌమ, అభినవ శ్రీనాథ, ఆంధ్ర వ్యాసేత్యాది బిరుదాంకితులగు శ్రీ శ్రీపాద కృష్ణమూర్తిశాస్త్రిగారిట్లు వ్రాసియున్నారు.

మీరుపంపిన ప్రేమపారిజాతము అహింసా పరమోధర్మ యను తత్త్వార్థమును వెల్లడించు గ్రంథమును జదివి యానందించితిని. "నేను కవినిగాను, భాషాపరిజ్ఞానము లేనివాడనని మీస్వభావసౌసీల్యమును వెల్లడించుకొనిరిగాని మీగ్రంథము చూచినపై నట్టిభావము నామదినుండి తొలగిపోయినది. మీవలె అహింసాతత్త్వమును" సులభశైలిలో నిట్లు వ్రాయఁగల వారుండరని నాకు విశ్వాసము కలిగినది. మీ గ్రంథములో నుదహరించిన 27 విషయములును సర్వజనసుబోధకములగు చున్నవి. అందు కొన్ని కొన్ని విషయములు చక్కఁగ నిమర్శించి వ్రాసియున్నారు. పూర్వయుగముల నెట్లున్నను కలిలో యజ్ఞములు చేయరాదనియే నాయభిప్రాయము. మీరు చాలా

విషయములు చర్చించి వ్రాయుట సమంజసముగా నున్నదని చెప్పుచున్నాను. "క్రూరజంతువులు వధార్హములా?" అను విషయము మిక్కిలి చక్కగానున్నది. మరియు నిం దుదహరించిన మకుటశ్లోకములు మకుటాలంకారములనియే చెప్పవచ్చును ఇట్టి గ్రంథమును వ్రాసి మీరు లోకమునకు పరమోపకారము చేసినవారైరని వ్రాయుట సత్యదూరము కాదు. భగవంతుఁడు మీకుఁ జిరాయురభ్యున్నతులు దయచేయుగాక యని ప్రార్థించుచున్నాను.

21-5-1943,
రాజమండ్రి.

శ్రీపాద కృష్ణమూర్తిశాస్త్రి

ఓం

శుభమస్తు.

ముద్రణభార నిర్వాహకులు

శ్రీ కోదండరామ పాదభక్తులు

ద్వారంపూడి సుబ్బిరెడ్డిగారి జీవిత సంగ్రహము

మధుర హితాలాప లాలసులగు పసిబిడ్డల యాలాపంబులు తల్లికి ఆనందప్రమోదము లొసగించునట్లును, పతిభక్తిం గలిగిన కులాంగనలకు భర్తృదర్శనంబు ప్రియతమంబై ఆహ్లాద జనకంబగు విధంబునను, సాగరము చంద్రోదయమున తరంగ పరంపరచే నుప్పొంగులాగునను, పద్మములు భాస్కరోదయమున వికసించు తెరంగునను, శూరులకు దీవ్రప్రహారంబయ్యు సమరంబుత్సాహ పూరితంబగు తీరునను పూజనీయమైన మాతృదేశమున సన్నిహితులైన సత్పాత్రులు లభించుట రసజ్ఞులగు రచయితల కానంద మొదవించును. తాము చరించెడి తావులందు కనులారగాంచి మనసార యానందించువిషయములే చిత్రవిచిత్ర రచనా సమర్థులగు లేఖకుల లేఖినియందు తాండవించుచుండును. స్వార్థత్యాగులు సౌజన్యనిధులు సమదర్శిత్వముగల మహనీయులు అహింసాతత్పరులు భక్తిజ్ఞానవిరాగులు . కల్పతరువురీతి నాశ్రితుల కుచితఫలమొసంగుచు పరోపకార పరాయణులగు కారుణికుల జీవిత

చరిత్రములను లోకమంగళముకొరకు చిత్రించుట వ్రాయసకాండ్రకు సహజధర్మము. మహత్తరమగు నయస్కాంతము, లోహసూచీగణముల నాకర్షించునట్లు మహనీయుల దివ్యతేజము మానవకోటిని దనవైపునకు లాగికొనును. కలిమాయాప్రకృతివశులై యసూయాభావమున మహాత్ముల ద్వేషించువారలు లోకబాంధవుని దివ్యప్రకాశమునుగాంచి యోర్వలేక ద్వేషించిన ఘూకంబుమాడ్కి నిందితులగుదురు. మకరందభరితమగు పుష్పగుచ్ఛమును భృంగము లాశ్రయించునట్లు మహనీయుల దివ్యచరితామృతమును గ్రోల సజ్జనబృందము లువ్విళ్లూరుచుందురు. సకల వేదసారమగు గీతాశాస్త్రము త్యాగమే మోక్షమునకుఁ దొలిసోపానమని నిరూపించుచున్నట్లు పెద్దలు వచింతురు. మానవులలోఁగొందరు దేశకల్యాణమునకై సర్వమును పరులకొరకు త్యజించి ధన్యులగుదురు. కొందరు కొంత త్యాగమునకును మరికొంత భోగమునకును వినియోగించెదరు. తక్కంగల ప్రాకృతులఁ దము భోగమునకే యుపయోగించుకొందురు. ఇది మొదటితరగతి యుత్తమోత్తముల యశము ఆచంద్రతారకమును, రెండవరకము మధ్యముల కీర్తికాలపరిమితికి లోబడియు, మూడవజాతిగౌరవము నామమాత్రావశిష్టముగను నగుచుండును. ఉత్తమోత్తముల జీవితవిధానము సర్వజనాకర్షణీయంబగుటయేగాక యాతం డాచరించు నద్దానినే లోకంబనువర్తించుఁగావున దేశవిదితంబొనర్చుట మనీషి జనశ్రేయోదాయకంబగు

టచే నాకుఁ జూపట్టిన పుణ్యపురుషుల జీవితచరిత్రము నెరింగింపఁ కౌతుకంబందెడి చిత్తంబూరటం జెందుటకై కర్తవ్యంబు నిర్వర్తింప సంతుష్టిప్రోదిత వచోజాలరచనతో నిక్షిప్తపరచి ధన్యతం గాంచెదనుగాక !

నన్నయ తిక్కనపోతనామాత్యాది కవిశేఖరులకుఁ బుట్టినిల్లై, త్యాగరాజాది భక్తశిఖామణులకు నిలయంబై, గౌతమీ కృష్ణవేణీతరంగపాళి, తూగుటుయ్యాలలో నూగుచు, తన సహజరామణీయకమువలన నమేయానంద సంధాయిని యగు ఆంధ్రావనియందంతర్భాగంబై దనరి పవిత్ర గౌతమీ నీరపావనంబగు తూర్పుగోదావరిమండలమున కాకినాడ తాలూకాకు జెందిన గొల్లలమామిడాడ యను ప్రసిద్ధగ్రామమున సుప్రసిద్ధింజెందిన భూమంచిరెడ్డి కులమునందు చెగ్రిపాల గోత్రోద్భవులగు ద్వారంపూడి సుబ్బయ్యగారను పుణ్య పురుషునివలన శాస్త్రవిధి నుద్వాహంబైన మహాలక్ష్మమ్మయను పతివ్రతారత్నమునకు చిరతర తపస్సంభృత భాగ్యోపేతులగు సుబ్బిరెడ్డి, రామిరెడ్డియను పుత్రద్వయంబు గలిగిరి. వీరిబాల్యముననే తండ్రి సుబ్బయ్యగారు పరమపదవి నలంకరించిరి. వంశపావనులగు జనక కుశధ్వజులంబోలె అనుజులిరువురును సహజ సోదరప్రేమ భాజనులై నైకమత్యమున మెలంగుచు నిఖిలజనమనోహరులై విలసిల్లుచుండిరి.

మన కథకులలో వయోజ్యేష్ఠులగు సుబ్బిరెడ్డిగారికి, ఆదిరెడ్డి, రామకృష్ణారెడ్డి, రామచంద్రారెడ్డి, భీమారెడ్డిగారను

దశరథసుతులంబోలు గుణభూషణులగు నల్వురుత్తమ కుమారులు గలిగిరి. రామిరెడ్డిగారికి సంతతిలేనందున నై నల్వురిలోను మూడవవారగు రామచంద్రారెడ్డిగారిని దత్తత చేసికొనిరి. శ్రీరామసోదరులంబోలు నా నల్వురుపుత్రులకును ఆంధ్ర గీర్వాణభాషలమాత్రము నేర్పించి భగవద్గీతాది వేదాంత గ్రంథములను రామాయణ భారతభాగవతాది పురాణచరితములను పఠించునట్లుజేసి చక్కని దైవభక్తి, భూతదయ, బ్రాహ్మణభక్తి పరమార్థజ్ఞానము కలుగునట్లు చేసియున్నారు.

దేవతాభక్తిసంపన్నులు ఆస్తిక్యశిరోమణులును నగు నా పుణ్యసోదరద్వయము క్రీ॥ శ॥ 1934 వ సం॥రమున వారి స్వగ్రామమున వేలకొలది సొంతద్రవ్యము వెచ్చించి శ్రీ కోదండరామమందిర నిర్మాణంబొనర్చి ధూపదీప నైవేద్య కల్యాణ కైంకర్యములనిమిత్తము (ఎ 36-0) ముప్పదియారు యకరముల పంటభూమిని సమర్పించి అర్చకుల యావాసమునకై భవననిర్మాణం బొనర్చుటయేగాక ప్రతివత్సరమునను చైత్ర శు॥ నవమీ పుణ్యదివసమున మంచి ముత్యముల తలంబ్రాలతోడను కర్పూరదివిటీలతోడను శ్రీ సీతారామ కల్యాణ మహోత్సవము నతివైభవముగ జరిగించుచు జన్మపావనత గాంచుచున్న పుణ్యపురుషులు మన రెడ్డిసోదరులు. మఱియు రాజోలుతాలూకా ఈటబలంకయను గ్రామమున క్రీ॥ శ॥ 1937 వ సం॥రమున నిర్మింపబడిన యాలయమున

పురజనులకోరిక ననుసరించి సర్వమంగళా సమేత శ్రీమదుమా మహేశ్వరస్వామివారి ప్రతిష్ఠాపనోత్సవమునకై సుమారు ౪ వేలరూప్యములు వ్యయపరచి భూరిసంతర్పణములతో పండితసన్మానము లొనర్చి యతివైభవముగ ప్రతిష్ఠా మహోత్సవము జరిగించి తదుపరి వేలకొలది ద్రవ్యమును వ్యయపరచి మంటపప్రాకారాదుల గట్టించి నిత్యపూజాపర్వోత్సవ మహోత్సవాది కైంకర్యములకై 15 పదిహేను యకరముల సుక్షేత్రమును ధారవోసి ప్రతియేటను మహాశివరాత్రి పర్వదివసమున శ్రీ పార్వతీకల్యాణవైభవము నత్యంత శోభాయమానముగ జరిగించుచు వేనవేలు ప్రజలానందించునట్లు శంఖభేరీ మృదంగవాద్య విశేషములతోడను, బహుచిత్ర విచిత్రములగు బాణసంచా ధ్వనులతోడను, వందిమాగధ సూతగాయకుల గీతసంగీతములతోడను, చూపరుల కానందాశ్చర్యము లొదవించు నూరేగింపు టుత్సవముల జరిగించుచు తీర్థము నేర్పాటుగావించి తీర్థవాసుల కుచితభోజన వసతులం గల్పించి కీర్తిగాంచిన మహాభాగులు మనసుబ్బిరెడ్డి సోదరులు. మరియు రామకోటిజపములు శివరామ సప్తాహములు మొదలగు సత్క్రతువుల నెన్నిటినో చేయించి పూర్ణాహుతి భారములవహించి భోజన సంతర్పణములతో భూతతృప్తి నొందించు నన్నప్రదాత లగుటయె గాక పెక్కురు ద్విజోత్తములకు గృహదానములను భూదానములను నొసంగి విప్రాశీర్వాదము లందుచున్న నిజగృహస్థులును మన సుబ్బిరెడ్డి సోదరవర్యులు. పుత్రికావివాహములకై యర్థింపవచ్చిన పేద

పారులకు సర్వవ్యయముల భరించి పెండ్లిండ్లుచేయించి కన్యా
దాతలకు సహాయపడిన పుణ్యపురుషులు మనరెడ్డి శ్రేష్ఠులు.
శ్రీ భీమఖండము, ఉమామహేశ్వర విలాసము, శ్రీ కోదండ
రామశతకము, ప్రేమపారిజాతము లాదిగాగల పవిత్రగ్రంథ
ముల నచ్చొత్తించి సహాయపడిన కవిజనకల్పతరువులు మన
రెడ్డి సత్తములు. మకరసంక్రమణ పుణ్యదివసమున ప్రతివత్స
రమునను బీదలకు వస్త్రదానములఁ జేయు దీనజనబాంధవులు
రెడ్డిశేఖరులు. అవి, ఇవి యననేల మూర్తీభవించిన ధర్మ
స్వరూపులే సుబ్బిరెడ్డి రామిరెడ్డిగార్లనిన నతిశయోక్తిగా
నేరదు.

శాశ్వత ధర్మకార్యములకై సుమారు 8 లక్షలఁ బైబడి
నిధిని వెచ్చించి లోకమంగళంబైన ధర్మములాచరించి తరించు
స్వతస్సంజాత విజ్ఞానులగు శ్రీ రెడ్డిగార్ల యశస్త్యాగములు
తారాగణ పరివృతుండై వెలుంగు పూర్ణచంద్రుని యట్లు
జనబాహుళ్యంబున ప్రకాశించుచున్నవి. ఈ శుభచరితుల
ప్రత్యక్షదానముల గుర్తింపఁగలముగాని గుప్తదానముల నెట్లు
గ్రహింపఁగల్గుదుము. ఈ పావనచరితుల పుట్టుకపిదప సంపా
దించువారు ఖర్చుపరుపఁజాలరనియెడి లోకోక్తికల్లయైనది.
"దాతాదరిద్రః" యను కలినీతి యడుగంటినది. మనసుబ్బిరెడ్డి
సోదరులు పితార్జితమున జీవించు దైన్యజీవులుకారు. కష్టించి
స్వార్జిత న్యాయసంపాదనచే భూధనముల సంపాదింపనేర్చిన
ధీశాలురు. పందలపాక నూలుమిల్లునందు భాగస్వాములు.

ఇట్లుండ క్రీ॥ శ॥ 1944 వ సం॥ర మకరసంక్రమణ పుణ్యదివసమున శ్రీనివాస దర్శనలాలస మానసులైన కనిష్ఠులగు శ్రీ రామిరెడ్డిగారు శ్రీ రామదివ్య పదావాసమును క్రీ॥ శ॥ 1945 వ సం॥రమున వీరి నిజదేహకారిణియగు జనని మహాలక్ష్మమ్మగారు లక్ష్మీసాన్నిధ్యమునకును వేంచేయుటం జేసి వారి కుటుంబమునకును, ప్రాంతీయదేశమునకును తీరని లోటు సంభవించినది. వారియాత్మకు శాంతిచేకూర్ప జగద్వంద్యుఁడు వంద్యుఁడు.

శ్రీ రామిరెడ్డిగారి యనంతరము వీరి దత్తపుత్రులును శ్రీ సుబ్బిరెడ్డిగారి యౌరసులును నగు రామచంద్రారెడ్డిగారు వయసున బిన్నవారయ్యు కావ్యపంచకము పఠించిన ప్రౌఢులగుటంజేసి సమస్తధర్మ సంపూర్ణంబైన వేదరహస్యంబులం గుర్తింప నేర్చిన గుణశాలియు తండ్రులకు తుల్యుండై బుద్ధి రూపౌదార్యశీల విద్యాసౌభాగ్యంబులు మెరయ జనకతండ్రిగారి ధర్మబాటయందు మార్గంబుదప్పక ననుసరింపుచుండ మన కథకులగు శ్రీ సుబ్బిరెడ్డిగారు క్రీ॥ శ॥ 1947 సం॥రమున లక్షరూప్యముల విలువజేయు మూడంతరువులతో సున్నతంబగు సౌధనిర్మాణంబొనర్చుకొని యట్టి ప్రాసాదసంప్రవేశమునకు శ్రీ కోదండరామభద్రుని కరుణయే కారణమను దృఢనిశ్చయమున భక్తిపరాయణులగు శ్రీ రెడ్డిగారు పునరాలోచనా మగ్నమానసులై తమయావాసము ఘనంబై సర్వార్థ సంభావితుండై తమయిలవేల్పగు శ్రీ కోదండరామభద్రుని మందిరము తమ నివాసమునకంటె విలువ తక్కువగ నుండరాదను కృతనిశ్చయమున 12 వేల రూప్యములు వెచ్చించి

100 తులముల బంగరు మైపూతతో సూర్యకిరణ మరీచుల
ప్రతి ఫలింపజేయు నేత్రముల మిరిమిట్లుగొలుపు సువర్ణప్రభా
విలసితంబగు బంగరు (పసినికుండ) శిఖరమును, లక్షరూప్య
ముల ఖర్చుతో, ఆలయప్రాకార మంటపములను పునర్నిర్మిత
మొనర్పదలంపడి "స్వాయంతరతి" పరాన్ తారయతియను
ధర్మము ననుసరించి తాము తరించి లోకమును దరింపజేయు
చున్న శ్రీ సుబ్బిరెడ్డియార్యుని అనన్య భక్త్యౌదార్య సుగుణ
సంపద వర్ణనాతీతముగదా! మరియు శ్రీసుబ్బిరెడ్డిగారు మొ
దటినుండియు మాంసాహార నీచభుక్తముల వర్జించి అపార
భూతదయాపరులై, కర్ణామృతంబై ప్రేమ పావనంబగు శ్రీ
రామనామస్మరణ వీనులసోకినంతనె యానంద బాష్పబిందు
సందోహంబు, దండడింగ్రిందుకొన, డెందంబుగరగ, మేను
గరుపార నిత్యముజన్మపావనతగాంచుచున్న భక్తశిఖామణియై
దీపించుటయె గాక ననుదినంబును సాయం సమయంబు
ననర్చకులచే వస్త్రోపవీతా భరణపత్ర కుసుమమాల్యచందన
లేపనంబులం బ్రేమంబున నలంకృతులైన అర్చావతారులగు
శ్రీ సీతా రామ లక్ష్మణ దివ్యసందర్శనమునకై పుత్రపౌత్ర
బంధుహిత సమేతముగ నరుదెంచుచు రామకథాగాన కీర్త
నంబులంబాడి, పౌరాణిక ప్రాకృతములైన నానావిధ స్తోత్ర
ముల సద్దేవదేవుం బ్రస్తుతించి అంజలిబద్ధులై సాష్టాంగ నమ
స్కృతులొనర్చి గృహమునకు తరలుచుండుట నిత్యకృత్య
ముగ ననుసరించు మహాభక్త శిఖామణియునగు శ్రీ సుబ్బిరెడ్డి
గారి మహాభక్తిగుణమాత్రమున నాస్తికుం డాస్తికుడగు. బోధి

దాతయై విలసిల్లు. కోపి శాంతుడై ప్రకాశించు. ఆడంబరి నిరాడంబరుండగు. హింసకుల హితసాత్విరులగుదురు. వీరి యందు బుద్ధదేవుని ప్రేమతత్వమును, శ్రీ గాంధీమహాత్ముని యహింసా సిద్ధాంతమును, బలిబోలు దానశీలతయును మూర్తిభ వించియున్నవి. అదియునుంగాక బలువిద్దెలంజదివిన ప్రౌఢగా కున్నను విద్యాసారంబు గ్రహింపఁగల పరేంగితజ్ఞుండగుటం జేసి పూర్వజన్మ సంస్కారయుతుఁడనియు, ఊఁకయూదుఁగని సరస్వ కాలువలమాడ్కి తరుగని ధనంబును శతాధిక తన్మించుయుకర నిరాదాయము నుగల్గిన భూమిఁగల్గియుండుటంబట్టి నిధిపాల కుండనియు, గోభూహిరణ్యాది దానకర్తలగుటంజేసి మహా దాతయనియు, భారతభాగవత రామాయణాది సద్గ్రంథ మధురకథామృత పానాసక్త భరితాంతఃకరణులగుటంజేసి భాగవత పురుషుండనియు ద్విజారాధన తత్పరుండగుటంజేసి భూసురభక్తుండనియు, గోభక్తియుతుండగుటచే స్వకులాచార పరాయణుండనియు, నిత్యదేవతా సందర్శనప్రార్థన పూజాది కర్మలన్నియుఁగుటంజేసి మహాభక్తుండనియు, కవులను, పత్రికా సంపాదకులను నాదరింపుటంజేసి భాషాపోషకుండనియు, దేవా లయాది నిర్మాణకర్తలగుటచే ప్రతిష్ఠాపకులనియు. పండిత పోషకుడగుటచే సనాతనధర్మాభిలాషుఁడనియు, దనకాంతి నిరతిశాంతుల నిరసించు ప్రకృతి గుణబద్ధులగు స్వార్థపరులకు, కలిమాయావశులైన యసూయాపరులకు, చేరరాని యగ మ్యంబై సాధుజన మహాసిద్ధులు ప్రసన్నంబగు శ్రీ రెడ్డిగారి లోకసమ్మతంబగు నిజధర్మ ప్రవర్తనాది సద్గుణపుంజంబులు మనశ్శ్రవణ మంగళంబులగుటంజేసి వర్ణనాతీతములు.

శీలియై, సుమంగలియై, పతియాజ్ఞానువర్తినియై, అర్థిదీనవనితాజనకల్పకంబై తులలేని యైశ్వర్యంబునం దుల దూగుచు నిరాడంబరియై, సద్గుణోపేతయగు అమ్మన్నగారను పేరంబరగు నిజధర్మపత్నితోడను, తనమాటకెదురాడక నిజజనకుండొనర్చు సత్కార్యసముదయంబుల కన్నిటన్బాసటగ నిలచి మఱిమఱి ప్రోత్సహించి భావికాలమున తండ్రిననుసరించు మహాదాతలు కానగు స్వధర్మమును గుర్తెరుంగం జాలినసుపుత్ర చతుష్టయముతోడను, పితామహప్రీతిపాత్రులై బాల్యమునుండియు ధ్రువప్రహ్లాదుల ననుసరించు భక్తివినయసంపన్నులగు పౌత్రవర్గముతోడను విరాజిలు శ్రీ రెడ్డిగారెంతయు ధన్యులు.

ధనమున కుబేరులును, దానమునబలియు, సంపదకు దారోగ్యధనుఁడును, భక్తికి విదురుఁడును, నాఁ బరగు శ్రీ రెడ్డిగారికి లభింపవలసిన వెవ్వియు లేనందున జిరాయువును, శ్రీరామచంద్రప్రసన్న భాగ్యమును లభించుగాక ! యని సర్వేశ్వరుని ప్రార్థింపుచున్నాఁడను.

విరోధి సం॥ర మార్గశిర శు ౧౧
బిళ్లకుర్రు
రాజోలు తా॥ తూ॥ గో॥ జిల్లా

ఇట్లు,
సర్వజన విధేయుఁడు.
జిల్లెళ్ల వెంకటశివరావు

విషయసూచిక.

ఓం!

శ్రీరామచంద్రపరబ్రహ్మణే నమః.

ప్రేమపారిజాతము.

క. శ్రీ వికసిత ధరణీ తన
యా వదనసరోజవాసరాధిప సిత రా
జీవదళనయన నిఖిల ధ
రావరనుత సుగుణధామ రాఘవరామా. (భాగవతము)

శ్లో॥ యదా యదా హి ధర్మస్య గ్లాని ర్భవతి భారత!
అభ్యుత్థాన మధర్మస్య తదాత్మానం సృజామ్యహమ్.
—భగ. అ 4 శ్లో 7.

తా॥ ఓ అర్జునా! ఎప్పు డెప్పుడు వర్ణాశ్రమధర్మములకు కీడు గలుగుచున్నదో, అధర్మమునకు వృద్ధి గలుగుచున్నదో అప్పు డప్పుడు నేను మాయవలన జన్మము లెత్తుచున్నాను.

శ్లో. పరిత్రాణాయ సాధూనాం వినాశాయ చ దుష్కృతామ్!
ధర్మసంస్థాపనార్థాయ సంభవామి యుగే యుగే
—భగ అ 4. శ్లో 8.

తా॥ సన్మార్గవర్తనుల రక్షించునిమిత్తమును, దుర్మార్గవర్తనుల నాశనము జేయుటకును, ధర్మము ప్రతిష్ఠించుటకును ప్రతియుగమునందును నే నవతరించుచున్నాను.

జీవహింస — దేశారిష్టము.

ఏదేశమునకు సంబంధించినను, ఏమతమునకు చెందినను మానవజన్మ మెత్తిన ప్రతివ్యక్తియు, సత్యము, దానము, అహింస అను మూడు నియమముల పాలించుటవిధియైయున్నది. ఏలనన సత్యమువలనపరస్పరము ఒకరినొకరుమోసగించి జీవింపకుండుటయు, ధర్మమువలన పరస్పరసహాయము లొనర్చుకొని, పరుల కష్టసుఖములు తమవిగ భావించెడి పవిత్రజ్ఞానము పొందుటకును, అహింసవలనప్రపంచమునంగలసకలజీవులును వారివారి కర్మల ననుభవించుటకై పరమేశ్వరునిచే సృజింపబడి ఐహికసుఖదుఃఖముల ననుభవింపవలసియుండుటయేగాక, తమవలనే సమస్తజీవులును పరమేశ్వరచైతన్యమునుండియే యుత్పన్నమైన వనెడి పరమార్థజ్ఞానము నొంది ఒకరినొకరు హింసించుకొనక సుఖజీవనముల గడుపుటకును, నిర్ణయింపబడినందున అట్టిధర్మములు ఐహికజీవితానందమగుటయేగాక పరమార్థమునకు రాజబాటలని గూడ గ్రహింపవలసియున్నవి. అట్టి విషయములు పుణ్యపురుషులగు ఉత్తమసంస్కారులకు మాత్రము గోచరమగును గాని పశుతుల్యులగు సంస్కారరహితులకు గోచరముగాదు. అందువలన పైమూడు ధర్మములలోను ఒకదానికంటె నొకటి అవశ్యాచరణీయములైయున్నవి.

అట్లుండ: ఇప్పటికాలములో అహంకారజీవులసంఖ్య అభివృద్ధియై అన్నిజాతులయందును ఆబాల వృద్ధులు సహితము ధర్మవిరోధులై, శాస్త్రదూష్యమును, మతవ్యతిరేకము నగు మానవహృదయ దయాశూన్యమైన ఘోరహింసలకు గడంగి కఠిన పాషాణహృదయులు బెచ్చుపెరగి ధర్మసూక్ష్మార్థముల గ్రహింపజాలక గోహింసాదికలుషకృత్యము లొనర్చుటకు సహితము వెనుదీయని అవివేకులై దేశమును అధోగతిపాలొనర్చి మతపవిత్రతను మంటగలపి వ్యర్థజీవనులై పాడొందుచున్న ఈ దుర్దినములలో తగిన ప్రచారమొనర్చి ప్రజలను ధర్మమార్గమున ప్రవర్తిల్లునట్లు జేయకుండుట దేశద్రోహమును, మతద్రోహమును గాక మరేమి? అట్టితరి ఓ పవిత్రభారతదేశపుత్రులగు మానవసోదరులారా! మన మొనర్చు క్రూరహింసల నొకసారి దలంచిజూడుడు! మనతో సమానమగు అవయవనిర్మాణములు గలిగి ఆహార, నిద్రా, భయమైథునక్రియలలో మనవలెనె ప్రవర్తిల్లుచు రక్తమాంసశల్యాదినిర్మాణములలోనేగాక, ఆజ్ఞలనుసహితము గుర్తించి ప్రవర్తింపగలుగుటయు, పుత్రప్రేమాదిమానవానుకరణములగు అనురాగాదులు గలిగి, మనోవాక్కర్మలచే మానవసంఘమునకు ఎట్టి అపాయములను గాని గలిగింపక మీదుమిక్కిలి మన కన్నివిధముల జీవితానందముల సమకూర్చ సహాయపడు– నోరులేనిజీవులు– దుష్టస్వభావశూన్యమైన జంతువులు– తమ కండకావరముల సుక్షేత్రముల ధారవోసి బహు

జనోపయోగమునకై పాటుపడు త్యాగమూర్తులు-పసు మల
మూత్రములచే బవిటినేలల సుక్షేత్రములుగ మార్పువాలు
ప్రకృతిశాస్త్రతత్త్వవేత్తలు- దినచర్యలలో రైతుజనుల మను
గడలు గడపు వరమూర్తులు-నిష్కల్మషచిత్తులు-ధర్మదేవతా
స్వరూపులునైన జంతుసమూహములు వధ్యాశాలలందు ఉరి
కంబములకు గట్టబడి భీకరకృపాణహస్తులై లయకారులవలె
జూపట్టు కటికవారలచే నరుకబడుసమయమున దీనదృష్టులతో
బిక్కమొగములు వైచి, మూకీభావము జెంది, పంచప్రాణ
ములను బిగబట్టి అల్లకల్లోలములగు మనస్తరంగములు జెల్లా
చెదరుకాగా ఆర్తస్వరమున నారంభించి ప్రళయకాలమేఘగర్జ
నంబుపగిది, 'అంబా', యని యరచి నొక్క హేతువకు దెగి,
వాటిదేహములనుండి శిరముల వేరుజేసి వాని జీవితముల
భూలోకమునుండి విరమింపజేసినప్పుడుగాని దేహములనుండి
రక్తము వెల్లువలై ప్రవహించునప్పుడుగాని వానియార్తారవములు
శబ్దబ్రహ్మమున లీనమగునపుడుగానిపరిసరప్రదేశస్థులగు క్రూర
హృదయులు సహితము ద్రవీభూతులై, ప్రేమతరంగముల
ప్రవహింపజేయుటకు మారు, అట్టి పరోపకారపరాయణులగు
చతుష్పాజ్జంతువుల కొనర్పవలసిన పరోపకారము- చూప
వలసిన కృతజ్ఞత- ఒలికించవలసిన దయారసము- ప్రసరింపవల
సిన కనికరదృష్టులు- నెలకొల్పవలసిన మైత్రికి బదులు వధ్యా
శాలలందుఘాతుకులమృత్యుహింసాపూర్వకబలవన్మరణవ్యాపా

[illegible] కొల్లడ సేయుచు మున్ముందుమనకు రానున్న ఐహిక పరమార్థ కష్టనష్టముల గ్రహింపజాలని క్రూరజనులు పెచ్చుపెరిగి దేశసంపదనాశన మొందించు పశునాశకులు విస్తరించుట మానవసంఘనిర్మూలనపాపహేతుకము గాక మరేమి?

అద్వైతసిద్ధాంతముల పాశ్చాత్యదేశముల నాశ్చర్యమును గలిగించి అహింసాతత్త్వమును ఖండఖండాంతరముల జాటించి జయభేరి మ్రోగించిన భారతదేశదివ్యప్రతిష్ఠను గాపాడుడు. అట్లు త్వరపడి గావింపరేని దేశము ప్రేమశూన్యమై దైవ ప్రీతికి దూరము కాగలదు. జంతుహింస సామాన్యపాపము కాదు. మానవుడు గ్రహింపగలిగినంతలో జీవహింసను మించిన పాపము మఱెద్దియు లేదు. అవకాశమున్నంతలో మానవలెనే భౌతికశరీరముల దాల్చి, పుత్రమిత్రకళత్రాదులతో నానందముల ననుభవింపుచు, సాంఘికమతాచారముల నాచరింపుకొనుచు, వాటివాటి శక్తిసామర్థ్యముల ననుసరించి, అన్యోన్య ప్రేమాలాపముల బ్రొద్దుపుచ్చుచు, సుఖముగ విహరించు తిర్యగ్జంతువులయందు నిష్కారణవైరము పూని స్వకుక్షింభర నిమిత్తమై దెగటార్చి వానిమాంసముచే ఏమానవులు తమ మాంసకండరముల బెంపొందించెదరో, అట్టిమానవులకా యమూయక మూగజీవుల నేత్రధారలు మహావిపత్సముద్రమై-వాటి దుఃఖారావములు విచారతరంగములై- వాటి నాసికారంధ్రములనుండి బయలువెడలు అంత్యశ్వాసలు ప్రళయకాలఝంఝా

ఘూరుతములై- వాని రోదన ధ్వనులు భయంకరశాపాక్షర ములై- అపారభీతితో వాయువుల కుంభించుతరి గలుగు నయ్యా ఘూయకకుంభకశక్తి ప్రళయకాల భీకరస్వరూపమై దేశమును భస్మీపటలమొనర్చి అధోగతిపాల్జేసి నాశనమొందింపగలదు.

అవి నోరులేని పశువులే! చతుష్పాదములే! మానవుగల బుద్ధిసభ్యతలు వానియందు దక్కువైనను అవిమనబిడ్డలకు ఎట్టి అమృతోపమైన క్షీరములనొసంగి బోషింపుచున్నవో జూడుడు! మనము పెరిగి బెద్దవారమైనపిదప పాడిపంటల నొసంగి మన జీవనాధారమున కెట్లుపయోగపడుచున్నవో గ్రహింపక విశ్వాస శూన్యకృతఘ్నతాదోష మహాపాపుల మైన మనకు న్యాయరక్షకుండగు పరమేశ్వరుడు సుఖజీవన ములనొసంగి వృద్ధిబొందింపగలడనుమాట సర్వాకల్ల. ఓసుజను లారా! సింహావలోకనము జేసి న్యాయదృష్టిని బరికించి జూడుడు. ఎంత సిరిసంపదలతో దులతూగుచున్నను, ఎన్ని వాణిజ్యశాలలతో అలరారుచున్నను, ఎంతవిద్యాబుద్ధులతో బెంపొందుచున్నను, ఎందరెందరి పరిశోధకులచే విరాజిల్లు చున్నను, ఎన్నెన్ని నాగరకతాచారములచే యభివృద్ధిగాంచు చున్నను, ప్రేమ తత్వశూన్యులై ఆహారము నిమిత్తము రాక్ష సకృత్యము లొనర్చి మాంససంపాదన కొరకు జీవజంతువుల వధించి పశుహత్యల జేయుచుండుటచేతనే వాటిదుఃఖారావ శాపగంభీర విచారాలాపజనిత మహాపాపకర్మయే ప్రళయ కాలరౌద్రావతారమున జెలరేగి విదేశములన్నియు అన్యోన్య

వైరవర్తనులై సంగ్రామరంగంబు లొనర్చుకొనుచు ప్రజానాశన మొందింపుచుండుటను గమనించుదురుగాక !

ఏ మహాస్త్రములతో లోకమునంతయు భస్మ మొనర్ప సమర్థమైనో ఆమహాస్త్రములే తననెత్తిపై నెక్కి భస్మ మొందిన భస్మాసురునిగతి విచారించి చూడుడు ! ఎన్నియుగముల బరిశీలించినను భగవానుడు హంతకచర్యలొనర్చు మ్రుక్కడి రక్కసుల నాశనంబొందించుటయు, ప్రేమస్వరూపులగు దేవతల గాపాడుటయు ఆదర్శముగ గన్పట్టుచున్నది. భగవంతుడు ప్రేమప్రియుడు- కరుణాస్వరూపుడు- ప్రాణప్రదాత- ముక్తిప్రసాదకుడు గావున తద్వ్యతిరేకమైన హింసాక్రోధముల నాశన మొందింపకమానడు. కావున మానవ సోదరులారా ! త్వరలో లెండు ! మేల్గాంచుడు ! పత్రికల నెలకొల్పుడు ! ప్రచారకులకు సహాయపడుడు ! కారుణ్యసంఘముల నిర్మింపుడు పుస్తకముల వ్రాయింపుడు, పాటలతో ప్రేమగీతముల బాడింపుడు, నేటివరకు హిందూదేశము యుద్ధదావానలమున బడి నశింపకుండుటకు కారణము అహింసాపరమోధర్మః యను సకలధర్మసమన్వయమగు ప్రేమోపాసకులగు ప్రాచీన ఋషిపుంగవుల పాదరజము నిలయమై ప్రకాశింపుచుండుటయే ముఖ్యకారణమని గ్రహింపుడు ! యీ సదుద్యమప్రోత్సాహము పలు కాలనియమముతో బనిలేదు.

శ్లో. 'నిత్యం సన్నిహితో మృత్యుః కర్తవ్యో ధర్మసంగ్రహః' అను యథార్థవచనము ననుసరించి మృత్యుదేవత యెల్లవేళల మనల వెన్నంటియుండుటంజేసి వెంటనే ధర్మమార్గము నవలం

భించి ప్రతిష్ఠించుటయేయను తపములతుగాను. దేశపాలకకల్లోలము నందుండుటచే, మున్ముం దీయుద్యమము కొనసాగింపవచ్చునని, కాలహరణ మొనర్పవీలులేదు నెరవేర్పగల్గితిమా ! ధన్యులము. నెరవేరకపోయినను దేశకల్లోలమున అంతమొందెదమా ? మన పవిత్రోద్దేశ్యమువల్ల అత్యుత్కృష్టమరహితమైనందువ పరమపదవి లభించియే తీరును. కావున ఎట్లైనను యోగభ్రంశునిభంగి ధన్యులమే యగుదుము. కావున దేశీయులెల్లరును శ్రద్ధవహించి ప్రతిగ్రామమునందును జీవకారుణ్యసంఘములను స్థాపించి అహింసాతత్త్వమును వ్యాఖ్యానోపన్యాసములతో జనులకు బోధించి కొలకట్టుబాట్ల నొనర్చి దేశమున ప్రేమదేవత తాండవమాడునట్లు విజ్ఞానులగు మహానుభావులందరును కృషియొనర్చి తరింపజేతురుగాక ! ఈపవిత్రోద్యమము అభివృద్ధి నొందిన అన్నిమతములవారును పాటుపడుట ముఖ్యధర్మమై యున్నది. అన్నికులములవారును శ్రద్ధతో కృషియొనర్చి యీద్యమపురోవృద్ధికిసహాయపడునట్లు భగవానుడనుగ్రహించుగాక!

అహింసా మహిమ.

శ్లో. సర్వేయజ్ఞేషు యద్దానం । సర్వతీర్థేషు యత్ఫలం
సర్వదానఫలంవాపి । తన్నతుల్య మహింసయా.

తా॥ అశ్వమేధపౌండరీకాదిమహాయజ్ఞములయొక్కయు. గంగాస్నానాది తీర్థస్నానములయొక్కయు గోదానాదిషోడశదాన

ములయొక్కయు మహత్తరములైన పుణ్యములన్నియు అహింసయొక్క నూరుకోట్ల ఫలితములో ఒకభాగమునకు సరిరావు.

శ్లో. అహింసా పరమోధర్మః । అహింసా పరమం తపః
అహింసా పరమందానం । ఇత్యాహు ర్మునయ స్తథా.

తా॥ అహింసకుమించిన ధర్మముగాని తపముగాని, దానముగాని, లేదని ఋషులు వచించిరి.

ఆ. దంతియడుగులోన దక్కనజంతు చ
యంబునడుగులెల్ల నడగియుండు
నట్లు ధర్మకోటులన్నియు లోనగు
సద్గుణము లహింస కింతయేల (మహాభారతము.)

తా॥ ఏనుగుపాదములో తక్కినజంతువుల పాదములన్నియు యిమిడియుండునట్లు అహింసయందు తక్కిన ధర్మకోటులన్నియు తక్కువయై యున్నవి.

"అహింసా పరమోధర్మః" అను నార్యోక్తి ప్రకారము అహింసావ్రతము అన్నిధర్మములకంటెను అగ్రస్థానము వహించుచున్నది. ఏలనన యజ్ఞయాగాదిక్రతువులును, గోదానాదిమహాదానములును, గంగాస్నానాదిపుణ్యతీర్థసందర్శనములును, అన్నదానాది మహత్తరదానములును మానవుల చిత్తసంస్కారము కొరకుఏర్పరుపబడినవి. చిత్తసంస్కారమనగా? సృష్ట్యాదినుండి వారు పాషాణాదిజన్మల లగాయతు మానవులగు పర్యంతరము ధామె తిపట్టిన కోట్లానుకోట్ల జన్మలయందు చిత్తములకు నిర

ల్పము గలిగించెడి దేహమేదామని పరిభ్రమించు భ్రాంతినివిడచి 'ఆత్మవ త్సర్వభూతాని' యనువిజ్ఞానమునుబొంది ఏచైతన్యము నుండి దా మావిర్భవించిరో తిరిగి అట్టిదివ్యచైతన్యమునందు లీన మగుటకు ప్రయత్నించుటకై పూనుకొనునట్లుజేయు పవిత్రోద్దే శ్యమునకే చిత్తసంస్కారమని పేరు. అట్టిచిత్తసంస్కారమునకు యింద్రియముల జయించుటయే ప్రథమ సోపానము. ఇంద్రియ ములజయించుటకు ఆహారనియమము అత్యవసరము ఏలననగా, ఒకా నొకడు మద్యమాంసములను భుజించి, వెల్లుల్లికారము మొదలగునవి దిని ఆ రోజంతయు దన శరీరస్థితిని బరిశీలించి జూచికొనినచో వేడి, పైత్యము అధికమై, మనోనిబ్బరత జెం దక యింద్రియములు చలించి స్వాధీనముదప్పి అనేకదురాలోచ నలు బయల్వెడలి, కోరికలధికమై వాటిని దీర్చికొన అలభ్యము లగుటచే తనలో దాను విసుగుజెంది క్రోధమతిశయించి బలు కరించువారిపై గసరికొనుచు తప్పువివాదములకు సహితము గడంగి దారాపుత్రాదులను దల్లిదండ్రులను సహితము హిం సించుటకు వెనుదీయనంతటి అవివేకమునకు బాల్పడుచుండు టను మనమందరమును తరచు గుర్తించుచునే యున్నారము అట్లుగాక సాత్వికపదార్థములగు పాలు, పండ్లు మొదలగున వియు, కారము, ఉప్పు, పులుసు స్వల్పముగవైచి పక్వపరచిన ఆహారములను మితముగ భుజించెడివారి యింద్రియములు అంత

రము జేయవలయుననెడి దురహంకారమును బొందక మనోనిర్మలత్వముచే దేహారోగ్యాదులు సౌమ్యత జెంది సుఖానంద జీవితమును గడుపగలుగుటనుగూడ అనుభవముపై గ్రహించుచునేయున్నారము. కావున యింద్రియముల వేగిరపాటు నడంచుటకును, బుద్ధిని స్వాధీనమునం దుంచుటకును సాత్వికాహారముల స్వీకరించుట ముఖ్యావసరము. మాంసాహారము హింసవలనగాని లభించదు. అదియునుంగాక, అన్యాయముగ పరజీవుల ప్రాణములను బలవంతముగ దీయవలసి వచ్చుచున్నది. అందువలన పాపాహారమై యున్నది. పరజీవుల ప్రాణములదీయ సమకట్టి కల్మషాహారముల భుజింప సాహసించు కఠినచిత్తులకు యింద్రియజయముగాని చిత్తసంస్కారముగాని లభించుట దుర్లభము.

ఇంద్రియజయములేని నరులు క్రూరస్వభావులై హత్యలనైతమొనర్ప వెనుదీయరు. విద్యావినయసంపన్నతలు లేక అవివేకులై తాముజెడి దోడిమానవలోకమునకుగూడ హాని గలిగింతురు. కావున అహింసావ్రతమును అట్టిదీనులగు నరులకు బోధించి హింసాకృత్యముల మాన్పించి అనేకకోట్ల నిరపరాధ తిర్యగ్జంతువుల రక్షించిన మహాపుణ్యమును, తామసాహారములగు మత్స్యమాంసభక్షణలచే అపవిత్రులై అవివేకులై, విద్యాహీనులై, జ్ఞానశూన్యులై మోటుబారియుండెడి దీనజనులకు జీవకారుణ్యము కలిగించి సుజ్ఞానులై తరించుటకు మార్గమును

జూపిన మహోత్తరపుణ్యములను యీయహింసాయుద్యమ పురోవృద్ధికి సహాయపడినవారలు బొందగలరు. దేశమునహింసప్రబలి యున్నంతకాలము ప్రజలు ధర్మనీతివర్తనులగుట కల్ల. ఏనాడు దేశమున పశుమారణోపద్రవమైన హింసమాని అహింసా ధర్మమనుష్ఠింపబడునో ! ఆనాడు పశుసంపద అభివృద్ధియై సారహీనమైన ఊసరక్షేత్రములతో నిండియుండిన భూమాత సారవంతము కాగలదు. అంతట సర్వసస్యసమృద్ధిగలిగి జనులు ఆహారపదార్థముల సమృద్ధిగ బడయగలరు. ఆహారసమృద్ధివలన ప్రజలు చోరత్వాదినీచకృత్యముల జొల్పడక పవిత్రజీవనులు కాగలరు. ప్రేమతత్వోపాసనచే జనులు ఏదేశమున హింసాది నీచకృత్యము లొనర్పకుందురో ; హింసాదినీచనడువడుల ననుసరింపక ధర్మమార్గప్రవర్తకులై భూదేవిని మాతృప్రేమతో అమ్మాయని బిలువనేర్తురో ఆదేశమాతకు తన ప్రజలయందు పుత్రవాత్సల్యము జనించిన తల్లికి పుత్రప్రేమ వాత్సల్యత జనించి [illegible] స్తన్యము లుబికి పాలు [illegible] భూమాత గూడ విశ్వకుటుంబినియై ప్రజలకు తినుటకు [illegible] కట్టుకొను బట్టయు కరవు లేకుండ నీయగలిగియుండును. అట్లుగాక ప్రజలు ధర్మహీనులై హింసాదికలుషకృత్యములతో అన్యోన్యకలహప్రియులై అజ్ఞానులై పశుసంపదను నాశనపరచి భూమాతను ప్రేమదృష్టితో వీక్షింపక ఏదేశమానవులు కఠినచిత్తులై పశుమారణాది హింసాకృత్యము లొనర్చి క్రోధమాత్సర్య

ములు వహించి మెలంగెదరో అట్టి దేశమాతకు ప్రజల యందు పుత్రప్రేమవాత్సల్యత దొలగి సారహీనురాలై గొడ్డుపోయి పాడిపంటల నొసంగజాలక కఱవు కాటక ములకును, జారచోరత్వములకును, రోగహింసాదిదేశోప ద్రవములకును, రాజదండనలు మొదలగు సర్వారిష్టములకును బుట్టినిల్లగుటయేగాక మానవు లన్యోన్యకలహములొంది అన్న వస్త్రహీనులై పరితపించెదరు. కావున అన్నిధర్మములును యీ అహింసాధర్మమునం దంతర్భూతమై యున్నవి. కాబట్టి భూతదయనుగూర్చి ప్రజలలో ప్రచారము జేయుట యనగా దేశసంపదను అభివృద్ధిపరచుకొనుట యగుటంజేసి మహత్తర పుణ్యకార్యమై యున్నది. కావున నే యుద్యమము దేశమున గల అమాయక మూగజీవులు అకాలమరణము నొందకుండ వట్లొనర్చి. సౌఖ్యముగ జీవింప సహాయపడునో? ఏయుద్య మము మనకర్తవ్యస్మృతి కాకొనదగు భగవదపకార మహాపాపకార్యములని ప్రజలతో నెలుగెత్తి చాటిచెప్పునో? యే పవిత్రోద్యమము హింసాకృత్యములు దేవహింసామహాపాప మనియు, మాంసాహారభక్షణము మానవజాతికి నీచాతి నీచకృత్యమనియు మానవోపయోగి జంతుసంహారణము కృత ఘ్నతామహాపాపభీకరకారణభూతమగు మద్యపానాదినిషిద్ధ మద్యమాంసాదినీచాహారస్వీకరణము మానవుల విజ్ఞానసంపద ను నాశనపరచి బుద్ధిని మొద్దుజేసి యుక్తాయుక్త వివేకజ్ఞాన

శూన్యులగు నట్లొనర్చి అవిద్యావంతులుగ తయారుజేసి పాపాకాది జడస్వరూపవ నీచజన్మల బాల్పడజేయునని దేశము యొక్క నలుదిశలయందును ఎలుగెత్తి చాటనేర్చునో అట్టి సర్వధర్మసమన్వయమగు యీ అహింసాప్రచారోద్యమమును ప్రోత్సహించుటకంటె మానవులొనర్పగల సత్కార్యములు మరేవి గలవు ! కవి గాయకులు గాని, పౌరాణికులుగాని, శాస్త్రవాదకులుగాని, వేదవిదులుగాని తార్కికులుగాని వేయేల సకలవిద్యల నెరింగిన యేపండితోత్తములుగాని యింతకన్నను మించిన పరమార్థమును ప్రజలకు బోధింపజాలరు. ఏలనన చతుర్వేదములును, షట్ఛాస్త్రములును, అష్టోత్తరశతోపనిషత్తులును, అష్టాదశపురాణములును మన్వాదిస్మృతులును బరిశీలించిన శ్రీ వేదవ్యాసమహామునుల వారి యీ నిశ్చితాభిప్రాయము స్పష్టమగుచున్నది. "శ్లో॥ వేదశాస్త్ర పురాణేషు వ్యాసస్య వచనద్వయం । పరోపకారః పుణ్యాయ । పాపాయ పరపీడనం॥" అనగా ఒరులకు సహాయపడుటయే సద్గతికిమార్గము. ఇతరజీవులను పీడించుటయే దుర్గతికి కారణము. ఈ రెండు ధర్మములే శాస్త్రసారమని వారు శలవిచ్చియున్నారు.

అదియునుంగాక హిందూమతమునందు అవశ్యాచరణీయముగ నొనర్పవలసిన నిత్యకర్మలయందు సహితము మరువకుండుటకై స్వస్తివాక్యములతో "గోబ్రాహ్మణేభ్యః శుభమస్తు నిత్యం" అనెడి పవిత్రవాక్యమును నిత్యమును బఠించు

నట్లు పేర్పరచియున్నారు. అనగా చతుష్పాదజంతువులలో సాత్వికబుద్ధిగలిగినగోవులున్ను, మానవజాతిలో సాధుస్వరూపులగు బ్రాహ్మణాదులున్ను చేర్కొనబడి యుండుటచే అట్టిఅన్వయము సమస్తసాధుజంతువులకును సాధుపుంగవులగు సమస్తమానవజాతికిని వర్తించునుగాని జాతిపరము కాదు. కాబట్టి దేశకల్యాణమునకు దోహదమిచ్చు సాధుజంతు హింసాకృత్యము వలదని బోధించు యీ అహింసాపవిత్రోద్యమమునకు సహాయపడక ఏ యితర ధర్మకార్యము లొనర్చినను అవన్నియు జవిటినేలం జాతిన విత్తనములరీతిని, బూడిదంబోయు పన్నీరుచందమునను నిష్ప్రయోజనములని గుర్తించుదురుగాక.

కావున భారతదేశ రాజాధిరాజులారా! జమీందారీ పరిపాలకులారా! భూస్వాములారా! వర్తకశిఖామణులారా! ఉద్యోగ అనుద్యోగియులారా! సారస్వతాభి వృద్ధియనియు, భాషా పోషణోద్యమమనియు దలంచి రాజపోషక- పోషక-జందాదారులై మీమీ పవిత్రధనసహాయముల నొసంగి ప్రపంచోద్ధరణదీక్షాబద్ధకంకణులై ఏ పుస్తకములయందు తమ నామధేయముల బ్రకటింపజేసి ఐహికగౌరవానందముల ననుభవింప దలంచితిరో అట్టి సత్కార్యములకంటె యీ అహింసా ఉద్యమప్రచారకార్యనిర్వహణదీక్షను ప్రజలలో ప్రబోధించు పవిత్రపుస్తకముల ప్రకటింప సహాయపడుట ఎంతమాత్రమును దీసి పోనేరని ధర్మకార్యమని ఘంటాపథముగ జెప్పవలసి

ఏలనన యీ అహింసాప్రోత్సాహజనితంబగు గ్రంథములు ప్రజలయందు ప్రేమతత్వమును బోధించి, తామసాహార నీచభక్షణ మనుచితంబని చాటించి విద్యావినయసంపన్నతల నందజేయుటకును, తద్వారా మనయందును లోకమున గల యితర సమస్తజీవులయందును బ్రకాశించెడి పరమేశ్వర చైతన్య మొక్కటియే యను భేదరహితజ్ఞానమును ప్రసాదించుటకును అందువంజేసి ఐహికవాంఛాతృణీకరణశక్తి లభించి భక్తిజ్ఞానవైరాగ్యము లుదయించి పరతత్త్వోన్ముఖులై నీతివర్తనులై ప్రవర్తిలుటకును అందునంజేసి భగవత్పాదారవిందార్చనకు అహింసా ప్రేమపుష్పములనియెడి విశ్వాసము జ్ఞానమును బడసి తదేక ధ్యాననిష్ఠులై భ్రమరకీటకన్యాయమున పరమేశ్వరునియం దైక్యమునొందనేర్చుటకును తగిన విజ్ఞానవంతులుగ జేయును. గావున యీ పవిత్రోద్యమమునకు ఏ పుణ్యపురుషులు తమ సానుభూతిం జూపి ధన, ప్రచార, ప్రోత్సాహసహాయముల నొనర్ప సమకట్టుదురో అట్టి పుణ్యపురుషుల కార్యదీక్షకు వారివారి గోత్రముల ఋషులు దలలు పంకించి వేదోక్తాశీర్వాదము లొనర్తురు. అట్టి మహాదాతల పితృదేవతలు నేటికి గదా మామా వంశములయందు సుపుత్రులు బయలువెడలి కుటుంబద్రవ్యమును సత్కార్య ఉద్యమాభివృద్ధికై వినియోగబరచి మమ్ముల దరింపజేసిరని వారి ధన్యవాదపూర్వక వంశవృద్ధి సూచకములైన స్వస్తివాక్యములతో దీవింతురు.

నేటికి గదా నాసృష్టియందు గల సర్వజీవచైతన్యుఁడనగు నన్ను సమభావమున గుర్తింపనేర్చిన ప్రహ్లాదునింబోలు చిత్త సంస్కారి బయలువెడలెననియు, బలిచక్రవర్తింబోలు నిష్కామ్యవదాన్యుఁ డుద్భవించెనుగదా యనియు యీ సదుద్యమ దాత ప్రోత్సాహకులయెడల భగవానుఁడు కారుణ్యభావమును వహించి వీరు జంతువులను అకాలమృత్యువాతం బడకుండ రక్షించినట్లు అనేక జన్మలయందు గాపాడుటయెగాక బలిచక్రవర్తింబోలె ఆ మహాదాతలచెంగట లక్ష్మీసమేతుఁడై శంఖచక్రగదాధారియై నిలచి నిర్భీతిజీవనులగునట్లు జేయుటయే గాక అంత్యమున శాశ్వతానందపదవి నొందించితీరును. ప్రాణదాన జ్ఞానదానములకన్న మించినధర్మకార్యములు లేమి గలవు! పరమార్థచింతతో పరికించిన యెడల మనదేశమున వక్రగతిని ప్రవహించు ధనప్రవాహముల జిత్తగింపుఁడు. ఒకవైపున సురాపానపిశాచము. ఒకవంక కాఫీ తమాకుపాకులరక్కసి. వేరొకదిక్కు సినీమా నాటక పెనుభూతము. మరొకవంక సివిలు క్రిమినలు రాక్షసి. మరొకప్రక్క పరదేశ శకట యంత్ర సంపాదనోద్యోగ కుతూహల ఘోరరక్కసి. ఇట్టి దేశసంకట దారిద్ర్యోత్పన్నములగు పిశాచముల వాతంబెట్టుచున్న మన ధనప్రవాహములు పరమార్థమున కుపయోగపడి మన జీవితాంత్యమున ఎట్టి ప్రయోజనములు గాని నీయఁజాలవు.

పైన సూచించిన యే ఒక రక్కసినైనను సంహరించి అందుల సహస్రాంశమును యీ పవిత్రోద్యమమునకు ఇచ్చిం

చితిరా బీజమై మొలకెత్తి వృక్షమై పెరిగి పుష్పమై పూచి ఫలమై ఫలించి దేశముయొక్క నలువైపులకు ప్రేమఫలరసానందము ప్రాకి. దేశసౌభాగ్యపరిపాలన కేర్పడి మీ రొనర్చిన దానఫలితమునకు ధర్మదేవత ప్రత్యక్షమై విమానయానముచే కైవల్యప్రయాణము లొనర్చునట్లు జేసితీరును. తదుపరి పశువులయొక్క దోమబాధ నివారించునిమిత్తము రాతికంబముల బాతించి జీవకారుణ్యమూర్తి యని యశముగాంచిన నూజివీడు రాజ్యపరిపాలకులైన అప్పారాయరాజన్యునివంటి చిరయశస్సంపన్నులు కాగలరు. కావున దేశీయులగు సోదరులారా! అహింసా ఉద్యమ ప్రోత్సాహమునకై రచింపబడిన పవిత్ర పుస్తకములను పదేపదే ప్రకటించి జనులలో వ్యాప్తినొందుటకై ధనసహాయం బొసగి మీ పవిత్రనామములను పుస్తకముఖపత్రములయందు సువర్ణాక్షరములతో ప్రచురింపించుకొని మీ పవిత్రకార్యదీక్షకును, మీ అనన్య సామాన్యవదాన్యతకును, మీ నిర్మలాంతఃకరణ అవ్యాజప్రేమభావములకును తోడి మానవలోకము గ్రంథపీఠికాపవిత్రశుభనామ హారమునందు పులకితదేహులై నేత్రములనుండి పవిత్రానంద బాష్పధారల నొలకించి మిమ్ముల ధన్యులనొనర్తురు. అదియునుంగాక అట్టి గ్రంథములను జదివి ఎందరెందరు అహింసాధర్మమవలంభింతురో అట్టి వారివలన కీడొందక మృత్యుబారినుండి ఎన్ని జీవరాసులు దప్పింపబడునో అన్ని జన్మములయందు అకాలమృత్యుబారినుండి తొలగింపంబడి పరమేశ్వరుని కరుణకు పాత్రులు కాగలరు.

మానవులు మాంసభక్షకులా !

శ్లో. మాంసభక్షయితాముత్ర యస్యమాంస మిహాద్మ్యహం ।
ఏతన్మాంసస్య మాంసత్వం ప్రవదంతి మనీషిణః.

మనుస్మృతి 5 అ. శ్లో 55.

తా. ఇహలోకమున నేమనుజుఁడే యే జంతువుల మాంసమును దినుచుండునో పరలోకమున వాని మాంస మా యా జంతువులు దినుటకై కనిపెట్టి యుండునని యును యిదియే మాంస భక్షకులగతియనియు నీ శ్లోకార్థము.

సోదరమానవులారా! సృష్టియందలి సర్వజీవులకును ఆహారము దినుట, నిద్రించుట, భయముజెందుట, సంభోగము జేయుట అనునవి సహజధర్మములై యున్నవి. కాని అసత్యమును త్రోసివుచ్చి సత్యమును గ్రహింపగల్గుటయును, అధర్మమును విడచి ధర్మమార్గమున ప్రవర్తింప నేర్పుగల్గి యుండుట వల్లను యుక్తాయుక్త విచక్షణాజ్ఞానము గలిగి యుండుటచేతను మానవజన్మ ఉత్కృష్టమని భావింపబడుచున్నది. అట్టి పవిత్రమైన మానవులగు నరులు ద్విపాదపశువులని ఉత్తరగీత బోధింపుచున్నది. అదియటులుండగా ప్రతిజీవియు మొట్టమొదట పాషాణముగను పిదప వృక్షాదులుగను తరువాత కీటకములుగను, తర్వాత పాకెడి జీవులుగను తదనంతరము ఎగిరెడి పక్షులుగను అటుపిమ్మట జంతువులుగను మనుష్యుడగు

యుంచి యున్నారు. అనగా మానవజన్మములో మనస్సు, శరీరము పూర్ణవికాసమునొందుటచే విచక్షణాజ్ఞానము కలిగి యున్న హేతువువలన మంచి చెడుగుల గ్రహింప నవకాశము గలదు. అందువలన వేదవేదాంగములగాని, పురాణేతిహాసములగాని, తర్క కుతర్కములగాని జదువనక్కరలేక ప్రకృతిని జూచియే మానవులు నీతిధర్మముల గ్రహింప ననేకావకాశముల కల్పించియే దయామయుడగు జగత్ప్రభువు సృష్టివిధానము నేర్పరచి యున్నాడు.

స్వర్గధామమున జేరుటయో లేక నిరాకారులై భగవంతునిలో ఐక్యమగుటయో గాక అధః పతితులై నీచజన్మల నెత్తుటయో సంభవింపజేసికొను నరలీలారహస్య మెరుంగగల పవిత్రజన్మము మానవజన్మమే గావున వృథా కాలహరణ మొనర్పక నీతిమార్గమున ప్రవర్తింపుము. గతజన్మలయందలి జంతు ధర్మవాసనలనిడచి నరజన్మ పవిత్రతనుగన్గొని మనోవికారములను మాని న్యాయదృష్టితో భగవానుని సృష్టిని విమర్శించి జూడుము! మానవులు మాంసాహారులా? లేక శాఖాహారులా? అను ప్రశ్నకు ప్రకృతియేజవాబీయగలదు! సృష్టియందలి జంతువులు రెండువిధములుగా నున్నవి మొదటివి శాకాహారజీవులు రెండవరకము మాంసాహారజీవులు ఏనుగ, గుఱ్ఱము, ఎద్దు, ఆవు, గేదె, గొఱ్ఱె, మేక, కోతి మొదలగునవి

కుక్క, నక్క, పాము మొదలగునవి మాంసాహారులు. ఈ రెండు తరగతుల జీవులను బరిశీలించి చూచినయెడల ఆహారస్వభావములలోను అవయవ నిర్మాణములలోను గల భేదము గ్రహింపగల్గుదుము. వీటిలో మాంసము దినెడిజంతువులు నీటినికతికి కతికి లొట్టలువైచుచు ద్రాగును. శాకాహారజంతువులు నీటిని మనుజులవలెనే బీల్చి త్రాగును. మాంసాహారజంతువులకు పిల్లలుపుట్టినవెంటనే కండ్లువిప్పి చూడనేరవు. అనగా వారము పదిదినముల పిదప గాని కండ్లు విప్పజాలవు. శాకాహారజంతు సంతానములు మానవులవలెనే పుట్టినవెంటనే కండ్లువిప్పి బాగుగచూడగల్గును. మాంసాహారజంతువులకు రాత్రిభాగమున కండ్లు జ్యోతులవలె బాగుగ కనుపించును. శాకాహారజంతువులకు నరులకు వలెనే రాత్రిభాగమున కండ్లు బాగుగ కనుపింపజాలవు.

మరియు మాంసాహారజంతువులకు వాడియైన కోరలు, వంపుగల్గినగోళ్లు, భయంకరమైన అరపు, క్రూరమైనచూపు, భయోత్పాతము గలిగించు రూపము, ఎంత అలసట జెందినను చెమటపట్టని శరీరతీరు, ఉష్ణమైన దేహము, కంపుగొట్టు శరీరమలినములు, అల్పాయుర్దాయము, మోటుశరీరము, బలహీనము రహస్యజీవనము రాత్రిసంచారము గలిగియుండును. ఇక శాకాహారజంతువులన్నిటికి మొద్దుబారిన దంతములు గోళ్లున్నూ, మధురమైన అరపు, పగటిచూపు, భయములేనిఆకృతి,

ఆలసట జెందినపుడు శరీరమున చెమటబట్టుట, కంపులేని శరీరమలినములు, బలముగలిగిన దేహము, ఓర్పుగుణము, కోమలమైన విశాలదేహములు, పగటిసంచారము, బహిరంగజీవనము గలిగియుండును. అదియునుం గాక అవయవనిర్మాణములోను, ఆకృతియందును మానవులను బోలియుండెడి కోతులు సహితము శాకములను మాత్రమె భక్షించునుగాని మాంసమును దరిజేరనీయవు. పైన వివరించిన అన్నివిషయములను బరికించి జూడ మానవుడు శాకాహారజంతుతరగతికి సంబంధించునుగాని మాంసాధారజంతుతరగతికి జెందనేరడు. పాశ్చాత్యప్రకృతిశాస్త్రతత్వవేత్తయగు 'డార్విన్' మహాశయుడు మానవులు శాకాహారజాతివారని సిద్ధాంతీకరించియున్నారు. అదియట్లుండ ఎంతటి యాకటలంబడసియు సింగము గడ్డిదినుటకు దలపడదు. ఏనుగ మాంసము దినుటకియ్యకొనదు. అనగా ఒకజాతిజంతువు వేరొకజాతి జంతుధర్మమవలంభించదు. అట్టియెడ మానవులు సృష్టియందలి జీవులలో నుత్కృష్టులమని గర్వించుచు శాకాహారజాతివారయ్యు మాంసాహారము దినుట జాతిధర్మము వీడుట గాదా? స్వధర్మము శ్రేయమనియు పరధర్మము భయావహమనియు గీతాకారుని వేదవాక్య మతిక్రమించుటయే గదా? మానవులు మాంసము దినుట! కత్తిపీటలంబెట్టి కంపుగొట్టు కండమాంసమును కటుకుజెందక కరుక్కునగోసి కమ్మనయని దలచి కరకుబుర్రలో కరుణవీడి దినెడివాడు మానవుడా? దాన

పుడా ? [మానవ|దానవ] భేద మెంత యున్నది ? తినుటకై బ్రదుకునవి జంతువులు ! బ్రదుకుటకై తినెడివారు మానవులు ! యిందలి రహస్యార్థము విచారించిన చక్కని ధర్మము గోచరమగును. అనగా తినుటయే ముఖ్యముగ నెంచు జీవులకు తృప్తిగాని అవధిగాని లేదు. కావున తిండికై చచ్చుచు బుట్టుచుండుటయే ఫలితము. ఇక బ్రతుకుటకు మాత్రము తినెడివారికి తినుటయందు కోర్కె లేనందున అట్టివారికి కోరదగిన దేదికలదో అట్టి పరమానందపదవి లభించును.

జననమరణములు, క్రోధలోభములు, లాభనష్టములు, భోగరోగములు సర్వజీవసామాన్యధర్మములు. కాని సమస్తజీవులయందలి సుఖదుఃఖములు తనవిగ భావించెడి పవిత్రజ్ఞానము గలిగిన సజ్జనులు మాత్రము మానవోత్తములై ప్రకాశింతురు. ఘాతుక జంతువులగు పెద్దపులి మొదలగునవి తా మితరజీవుల జంపునప్పుడు అవి యనుభవించు మరణబాధను గుర్తింపజాలక పోవుటచేత నే కదా క్రూరమృగములని ఎంచబడుచున్నవి ! అట్లే మానవులు గూడ నితరజీవుల జంపునప్పుడు ప్రేమశూన్యులగుటచే దానవులని ఎంచబడుదురు. కావున మానవులు హింసాకృత్యము లొనర్పదగదు. మధురమగు నేతిమిఠాయి నారగింపుచుండు మక్షికములు కొంచెముసిగినట్లు ఝుమ్మని ఎగిరివచ్చి పాకీవాని చంకనున్న అశుద్ధపుదట్టపై వ్రాలుటవంటిదిగాదా ! శుద్ధసత్వ ఆయురారోగ్యముల నొసంగు ఘృతక్షీరతక్రదధియు

తంబగు పరిశుద్ధాన్నంబును మధురోపేతంబులగు బిండివంటకములను షడ్రసోపేతంబులైన కాయగూరలను విడచి మానవుడు మలమూత్రభాండ తామసాహార మాంసకండరముల దినుట కాసించుట! హాహా ఎంతవిపరీతము!

మాంసాహారము అపవిత్రము-అసహ్యము-అనారోగ్యము.

శ్లో॥ నభక్షయతియో మాంసం విధింహిత్వా పిశాచవత్
సలోకే ప్రియతాం యాతి వ్యాధి భిశ్చ నపీడ్యతే॥
మను అ5. శ్లో 50.

తా॥ ఎవడు పిశాచమువలె విధి నిషేధమైన మాంసమును దినుచుండునో వాడు లోకమున అందరికిని విరోధియగును. అట్లు జేయక నిర్మలమగు సాత్వికాహారముల నెవడు దినునో వాడు లోకమందలి సమస్తప్రాణులకు మిత్రుడగుటయే గాక యేలాటిరోగములవల్లను పీడింపబడడు. మాంసభక్షణము పిశాచకృత్యమనియు రోగముల బుట్టించుననియు మనుభగవంతుని యభిప్రాయము.

మాతృగర్భంబున మోసినదిమొదలు, ప్రసవవేదనాది దుర్భరకష్టముల ననుభవించి గని, మలమూత్రాది, అసహ్యముల భరించి పెంచిన తల్లిగాని, దనముందుగతిం జింతింపక విధి విధానంబగు దైవారాధనలసహితము మరచి తనయందు గల

మక్కువంజేసి, మనకు కొదువ యగునను భీతిచే దానధర్మముల, సహితము నాచరింపక, తాను గుడువక, నొరులకు బెట్టక, గట్టించి, మనకొరకు సర్వమును గుడువబెట్టి అల్లారుముద్దుగ సాకి పెంచిన తండ్రిగాని, దోడంబుట్టు అన్యోన్యప్రేమల మెలంగిన అక్కసెల్లెండ్రు, అన్నదమ్ములాదిగా గల రక్తస్పర్శ బంధుగులుగాని, సూత్రధారణ లగాయితు ఆహార, నిద్రా, శయ్యాల తమ దేహంబుల అన్యోన్యప్రేమలకొసంగి మెలంగిన భార్యాభర్తలుగాని, పుట్టినది మొదలు సహజవాత్సల్యతతో పెంచిన ముద్దుబిడ్డలుగాని, మరణించినచో? మరుక్షణముననె బీనుగగటంజేసి ; దరిం జేర వెరచి ; అపవిత్రముగ నెంచి ; వెనుకటి ప్రేమంబుల ద్రోసివైచి ; అసహ్యపడి ; నిస్పృహంజెంది ; తృణీకరించి; భారవేయుదమే ! అట్టియెడ : ప్రాణములు పోయిన పిదప, లేవా జీవములు దీసినపిదప, జంతుకళేబరములు పూర్తిగ బీనుగలు కావా ? అట్టి బీనుగుల బీకికొని తినుట కాంక్షించు మనము కాకులమా ! గ్రద్దలమా ! రాబందులమా ! కుక్కలమా ! నక్కలమా ! లేక బ్రహ్మరక్కసులమా. [illegible]క్షణమొనర్చిన [illegible]గల అవి[illegible] బ[illegible]గలము! మన నోటియందమరిం[illegible], మనగొం[illegible]నుండి [illegible]చిన యమ్మిని, గ్ర[illegible]పైకి దిగి [illegible]తు సహితము [illegible]గించు మనము ఉచ్చ, అశుద్ధము, చీమిడి, గుబిలి, కంటిపుసులు మొదలగు మలములతో గూడి శల్య రక్తమాంసములతో నిండి మరణవేదనచే బండ్లు గిట్టకరచి వికృతాకారములుగ

జూకట్టు నీచాతినీచమైన జంతుకళేబరమాంసఖండములను సకలార్థసాధనంబు లొనగూర్చి రక్షింపంజాలు శ్రావణమంగళ గౌరీదేవిం బూజించి పవిత్రంబులైన సుకుమార సౌందర్య లావణ్యపతివ్రతా తిలకంబులగు మీ అంగనామణుల కోమలహస్తంబులచే గత్తిపీటలం బెట్టిగోయించి పవిత్రమంగళప్రదంబులగు మీ గృహావాసంబులను రుధిర, చర్మ, శల్యమాంసావృతంబులుగ నొనర్చి స్మశానవాటికలో యనునట్లు జేసి, పీనుగ పెంటలమయం బొనర్పకుడు! అట్టి భక్షణవలన మనకు యిహమా? లేక పరమా? ఘోరదుర్గంధ భూయిష్టమగు మాంసాహారమును జేసినపిదప హస్తంబులు నాసికలం జేర్చి ఆఘ్రాణించిన గలుగు అసహ్యము మరువ శక్యమా? మాంసాహారసేవనమున అజీర్ణము, అందువలన కఫోద్రేకము, దానిచే శైత్యోన్మాదము, దానివలన అహంకారయుక్త వివేకశూన్యము, అందువలం జేసి పరాభవము, దానంజేసి అసూయ దానినిబట్టి క్రోధము మాంద్యము పిదప అరిషడ్వర్గములచే బంధింపబడి యిహమున శరీరసౌఖ్యము నొందక పరమున యమకింకరగదాఘాతములచే మర్దింపంబడి ఆర్తిజెంది తుదకు నీచజన్మల నెత్తుదము.

కేవలము మలమూత్రములకు భాండమై, సప్తధాతువులతోడం గూడి, సమస్తరోగాశ్రయమై, శుక్లశోణితమయమై చర్మము, నెత్తురు, చీము, నరములు మొదలగువానితో నిర్మి

తమై దుర్గంధయుతమై నీచాతినీచమైన జంతుమాంసము లార గించు మానవుల కామాంసరసము జీర్ణించినపిదప రక్తముగ మారి ఆరక్తము పురుషులయందు శుక్లరూపమును, స్త్రీల యందు శోణితరూపమును జెంది, ఉభయసమాగమానంతర మున బిండముగ నేర్పడి, తన్మూలమున గలుగుసంతానము నకు తలిదండ్రులవలన భక్షింపబడిన తమోగుణప్రధానంబు లైన దుర్గుణంబు లేర్పడి, అంధులై, మంధులై, కామాంధు లై, బుద్ధిహీనులై, యుక్తాయుక్త వివేకజ్ఞానశూన్యులై సం తానమంతయు భ్రష్టత్వమొంది నశింపుచున్నది. అందువలన మాంసభోజనము ఆత్మనాశనహేతువగుటయేగాక వంశసంజా తుల నాశనమునకు మార్గదర్శికులగునట్లొనర్చు మహాపాపము లకు సహితము పాల్పడజేయుననిన ఆశ్చర్యము కానేరదు. ఔరా! నాగరికతా మనీషులు స్మశానోదరులగుట ఎంతవింత !

జంతుసృష్టి మానవభోజ్యమునకుగాదు.

శ్లో. ఆహారనిద్రాభయమైథునాని । సామాన్యమే తత్పశు
భిర్నరాణాం । జ్ఞానం నరాణామధికం విశేషం
జ్ఞానేన హీనః పశుభిస్సమానః॥ ఉత్తరగీత॥

తా॥ ఆహారముదినుట, నిద్రించుట, భయమును

వించుట మొదలగునవి మానవులకును జంతువులకును సమము గానే యుండును. "తనవలెనే సర్వమును" అనుజ్ఞానము మాత్రము పశువులకుండనేరదు. అట్టి జ్ఞాన మెవరికి లేదో వారు ద్విపాదపశువులుగాని మనుజులుకారని యుత్తరగీత బోధించుచున్నది.

భగవంతుడు జంతువులను సృష్టించినది మానవభోజ్యమునకుగాదు. మనలో గొందరు దాముపట్టిన కుందేటికి మూడే పాదములన్నట్లు కోడి, మేక, గొఱ్ఱె మొదలగు జంతువులు మానవుల కాహారము నిమిత్తము సృజియింపబడినవని విపరీతవాదము జేయుచుందురు. అది శుద్ధఅన్యాయము. మానవజాతి ఉపయోగించవలసిన శాకవిహితాహారమును అతిక్రమించి మద్యమాంసాదుల తినుట మొదలగు అత్యాచార దురన్యాయములకు బాల్పడి మృగాదులు మానవుల కాహారము నిమిత్తము సృజియింపబడినవని వాదింప మొదలిడుట ఘోర అన్యాయమై యున్నది. అన్యాయవాదమున పెద్దపులి, సింహము మొదలగు ఘాతుకజంతువులు మొదటినుండియు పరులను జంపి తినుటకలవాటుపడి యుండుటను నాధారముగ నెంచి మానవులు ఘాతుకజంతువులగు సింహము మొదలగువాటికి ప్రత్యేకము యాహారము నిమిత్తము సృజియింపబడిరని యొక నూతన విపరీతవాదనోద్యమము బయలుదేరం దీసి సమర్థింపబడవలసి యుండును. మృగాదులు మానవుల కాహారము నిమిత్తము సృజింపబడినచో మానవులెందులకు సృష్టింప

ముందు మానవజన్మలయొక్క సృష్టిహేతువునుగనుంగొనుడు. శీతవాతాతపాదులననుభవించు తరులతాగుల్మంబులుగనో, దారుణపాషాణ నిర్మితంబులగు పర్వతంబులుగనో, మంటిని మలమూత్రములను భక్షించు క్రిమికీటకాది నీచజంతువులుగనో, లేక క్రిమికీటకాది నీచాహారసేవనం బొనర్చు కాకగృధ్రాదిపక్షి సముదాయములుగనో, సృజించక మనల కీమానవజన్మలనొసంగుట నిరపరాధులగు నోరెరుంగని అమాయకసాధు మూగజీవుల వధించి మాంసభక్షణజేసి పొట్టలనిమిరికొనుటకా ? కాదు. కాదు. ముమ్మాటికిని కాదు. అనేకనీచాతి నీచజన్మలనెత్తి పూర్వపాపం బంతయు నశించినపిదప దయామయుండగు భగవానుడు మనయందు అపారప్రేమచే, యుక్తాయుక్తముల దెలిసికొను జ్ఞానమును మనకు బ్రసాదించి, సంసారనిస్సారంబుల గ్రహించి, అశాశ్వతంబులగు దేహాదులయందు విరక్తిజెంది, భక్తిజ్ఞానయోగాది మార్గంబుల ననుష్టించి, సర్వేశ్వరుని దెలిసికొని యారాధించి జన్మరాహిత్యమునొంది, తరింపుటకై మనలకీయుత్తమమైన మానవజన్మల ప్రసాదించినాడు గాని, నిరపరాధులను హింసించి ఆరగించుటకు గాదు. తదుపరి జీవాత్మ తొలగిపోయిన కళేబరములు శవములని గుర్తింపలేక వాటిని దినుచుండుటగల అవినీతిని గ్రహింపనేరని అల్పజ్ఞుల మాటలను

గల వశత్వమును బారంద్రోలి నిజమానవుడై సారాంశము గ్రహించి: న్యాయంబారసి వచింపవలయునుగాని, తాము మునింగినది గంగ తాము వలచినది రంభ యను కువాదనల కాలము వ్యర్థపరుపరాదు. అప్రతిభాప్రభావ సంపన్నుండగు భగవానుని సృష్టిప్రభావంబును మనయందుగల మనోదుర్బలత్వమున గ్రహింపనేరక, అపార్థముల గల్పించుచు సందేహమనస్కులమగుట మిగుల విచారకరము. మనలో ఇంకా మరి కొందరు గొన్ని సాకులం జూపి భగవానుడే తనసృష్టియందు ఒక జీవి మరియొక జీవిని జంపి భక్షించునట్లు ఏర్పరచియున్నాడున ఆహారమునిమిత్తము జీవుల జంపుట దోషముగాదనిన్ని, అట్లుగా నియుడల పెద్దచేపలు మొదలగునవి చిన్నవాటిని జంపి భక్షించునట్లు జంతులకు సృష్టివిధానము గల్పించెననియు వాటికి లేని దోషము మనకుమాత్రము గల్గునా? యనియు వాదింపుచుందురు. అట్టివారలు కేవలము జ్ఞానశూన్యములగు జంతుజీవితావిధానమునకును యుక్తాయుక్తము లెరుంగు మానవజీవితావిధానమునకును లంకెవైచి ధర్మనిర్ణయము జేయుట మిక్కిలి అర్థశూన్యము. అట్లయిన పెద్దపులి, సర్పము మొదలగునవి బుట్టిన తోడనే దమపిల్లలనే దినును? అదియునుంగాక జంతుజాలములు వరుసవావులెరుంగక దమతల్లులతోడనే సంగమించును! కాబట్టి మానవులుకూడ జ్ఞానరహితంబులగునట్టి జంతుధర్మముల నాచరింపదగినదేనా? గావున జంతువుల సృష్టిక్రమము జ్ఞానరాహిత్యము లగుటచే అవియొకర్కి నూతనకర్మలకు దోషము

లేదు. అవి వాటి గతజన్మలయం దొనర్చిన కర్మలననుభవించు టయే గాని యీజన్మలయం దొనర్చు నూతనకర్మఫలితములు వాటికంటనేరవు. మానవుల కట్లుగాక జన్మాంతరకర్మల ననుభవించుటయు, నూతనకర్మఫలితముల మూటఁగట్టికొనుటయు సంభవించుటకు హేతువు. భగవానుఁడొసంగిన వివేకజ్ఞానమే కారణము. జ్ఞానరహితుండగు బిచ్చివాని నేరమునకు శిక్షవిధింతురా? లేబ్రాయమున దనివిదీర తల్లిచన్నుఁ గ్రోలిన సుతునకు జ్ఞానోదయమైన వెనుక యేతల్లియైన దన కుచంబుల దృష్టింపనిచ్చునా? బాల్యంబున పసిపాపలఁగాఁ వస్త్రవిహీనులై స్వేచ్ఛగ మసలిన నారీమణులు జ్ఞానోదయమైన వెనుక పట్టి వానిం దరిఁజేరనిత్తురా? కారణము యుక్తాయుక్త జ్ఞానాజ్ఞానములే ముఖ్యము గనుక కల్లబొల్లి మాటలతో భ్రమగించుట ఉదరపూర్తమునకుఁ దగునే గాక లోకేశ్వరుని సృష్టివిధానమును విమర్శింపనెంచుట మిక్కిలి సాహసమనిపించుకొనును. దానంజేసి మానవులు మానవసంఘ కట్టుబాటులను మరచి జిహ్వాచాపల్యముచే జంతుధర్మముల ననుసరింపఁజూచుట, తత్తుల్యములగు నీచజన్మల నెత్తుటకు బ్రయత్నించుటయే యగును. జ్ఞానహీనులు పశుతుల్యులనుటలో యాశ్చర్యమేమిగలదు?

జంతుహింస—కృతఘ్నత.

శ్లో. యోహింసకాని భూతాని హినస్త్యాత్మసుఖేచ్ఛయా ।
సజీవంశ్చ మృతశ్చైవ నక్వచిత్సుఖమేధతే॥

మనుస్మృతి॥ అ 5. శ్లో 45.

తా॥ ఎవడు జనులకు ఉపద్రవము జేయుని నిరపరాధులగు సాధుజంతువులను తనయొక్క సుఖముకొరకు వధించునో అట్టి దుష్టాత్మునకు యిహమందుగాని పరమందుగాని [illegible]ప్పటి గాని ఎన్నటికిని సుఖము గలుగజాలదు.

పరమపావనులగు ఓ మానవసంఘీయులారా! [illegible] పవిత్ర[illegible]లగు భారత మాతృపుత్రులారా! [illegible] మహా పుణ్యావిశేషమున మనకు లభించిన మానవజన్మల యొక్క జీవిత ధ్యేయములను పూర్వపాపవాసనా [illegible] గ్రహింపజాలక మనమొనర్చు హింసాకృత్యంబుల ననవరత దెలిసియు తెలియక [illegible] జెంది వాటిని [illegible] పాపాత్ములై దయాశూన్యులమై ఘోరపాపములను మూటగట్టుకొనుచున్నారము. శిశుఘాతుక స్త్రీహత్యాది భీకరపాపములకును, గురుద్రోహ భ్రూణహత్యాది ఘాతుకకృత్యములకును సహితము పశ్చాత్తాప కృచ్ఛ్రచాంద్రాయణ జపతపాది ప్రాయశ్చిత్తంబులు గలవుగాని సమస్త యుపకారమొనర్చు జీవులమేలు మరచి తుదకు వాటిని జంపి భక్షించు కృతఘ్నతాదోషమహా

పాపులపాపములకు ప్రాయశ్చిత్తము లేదు అట్టితరి మన మొనర్చు కృతఘ్నతారూపహింసాకృత్యంబుల దలంచినగుండె లదరుచున్నవి. దేహములు వణకుచున్నవి! జూచితిరా! మనకు మనోవాక్కర్మల నించుకేని అపకారం బొనర్పక మన యిండ్ల ప్రాంతంబుల పిల్లలు వైచిన మెతుకులు, విడచిన మలమూత్రంబులనే గాక మురుగుకుండ్లలోని పురుగులను సహితము భక్షింపుచు, మన గృహంబులకు పరిశుభ్రత కలిగించి, మనము వసియించు ప్రాంతంబుల దుర్వాయువుల రాకుండ నాపి, మనము కనినబిడ్డలచందంబున, సాయంసమయంబున మార్జాలాదిదుష్టమృగబారినుండి తమను తప్పింపవేడునట్లు "కో, కో" యనుచు సంజ్ఞల జేసి, తట్టలక్రింద జేరి, మనము భోజనంబు లారగించు తరి ఇంటిపిల్లలవిధంబున మచ్చికతో దగ్గరకు వచ్చి, వైచిన మెతుకుల తినుచు, మనలను కేవలము తలిదండ్రులుగ నమ్మి, శరణుజొచ్చి, మన పజ్జంజేరి, ప్రత్యుపకారంబుగ గృహకృత్య కృషివాణిజ్యాదులకు మనము పెందలకడ లేచునట్లు "కొక్కొరోకో" యని యరచి మేల్కొల్పి మనలకు సర్వవిధముల నుపకారంబు లొనర్చు కోడిపుంజుల గొంతుకలన్నా, మనము నులిమించుట!

మనము సంపాదించి తమను పోషింపనక్కర లేకుండ, ఆహారనియమముల సహితము పాటి పక, కనుపించిన ముండ్ల తుప్పలను తుదకు విషపూరితములైన జిల్లేడాకులనేగాక గన్నేరు మొదలుగాగల సమస్తతృణములను మేయుచు, తమ

ముద్దుబిడ్డలతోఁబాటు మన ముద్దుబిడ్డలకు సహితము రోగ రహితములైన బలుకనిపాల నొసంగి, మనజీవనాధారంబు లగు బొలములకు ఎరువు నిచ్చి, మనము శీతబాధ కోర్వలేమికి సహితము తోడ్పుకొనకుండునట్లు, తమ శరీరములమీఁది రోమ ములద్వారా కంబళుల నిచ్చి, మనమొనర్చు శుభకార్యంబుల మంగళధ్వను లొనర్చు వాటి దేహములనుండు చర్మముల నిచ్చి, మన కన్నివిధముల సహాయం బొనరించిన పశువులకా! గొఱ్ఱపోతులకును, మేకపోతులకును, మన కఠినదారుణకర వాల శిరశ్ఛేదనోద్యమ ప్రసాదములు !

మన యిండ్లబుట్టి, మన యిండ్లబెరగి, బెట్టుగ నాటినుండి అనుశ్రుతముగ సేయుచున్న వ్యవసాయమునకు మన కన్నివిధ ముల సాయము పడి, తమశరీరముల దాఁకొనక, నాఁగలిదున్ని, మన కుటుంబమునకు జీవనవృత్తి నిచ్చి, పొలములకు ఎరువునిచ్చి, తుదకు జీవితాంత్యమున తమ శరీరములమీఁది తోళ్లను మన పాదరక్షలుగ నొనర్చి కష్టించిన వృషభమహిషములనా ! కటికవాండ్ర కరకుకత్తుల కెరజేయుట ?

మనము పుట్టినదాది, మాతృస్తన్యములకన్న వేయి రెట్లు గుణాధిక్యములైన తమపాల నొసంగి, మనలను బెంచి, బెద్దవారలుగ నొనర్చి, మనకు జ్ఞానోదయమైనవెనుక సులభ ముగ సేద్యము జేసి జీవింప తమ మగబిడ్డలను మన కిచ్చి, పొయిలోని కిచ్చి, పొయిమీఁది కిచ్చి, పాడినిచ్చి, పంట

నిచ్చి, పాటి పాలనమ్మి జీవించుటకు జీవనోపాధి నిచ్చి, తమను భక్తిరసమున సేవించిన వారికి పరమపవిత్ర తరుణోపాయసాధన హేతువగు శాంతగుణమును ప్రసాదించి, తుదకు మోక్షార్హతనొందింపజాలు పరమపవిత్ర ప్రశాంతమూర్తులగు గోమాతలనా! కటికవాండ్ర కంట్రకకత్తెరబోనుల కెర జేయుట! తళుక్కు-గుళుక్కు శరీరచ్ఛాయలతో నిండందు ఆనందముగ గంతులువైచుచు, నీటియందుగల కల్మషముల భక్షించుచు, అందుండు క్రిమికీటకాదిరోగ ప్రదంబులైన నికృష్ట జీవుల బోనడచి స్వచ్ఛమైన జలముల మనకొసంగి వ్యాధుల రాకుండ కాపాడి మనల నారోగ్యవంతులుగ నొనర్చు మీన కూర్మములనా! గాలశూలముల కెర జేయుట! నిర్దయముగ నీయుపకారముల మరచి సంచరించు మానవకృతఘ్నులకు కృతఘ్నతాదోషహింసాజనిత మహాపాపభీకర రౌరవాది నరకములననుభవింపవలసి యున్నదనుట నిర్వివాదాంశము. అంతటితో సరిపోయినదా! మానవసంఘములయొక్క ధర్మశాస్త్రమా! జూడుము! హాయిగ భగవంతుని కృపారసమున లభ్యమైన [illegible]గల సహజసౌందర్య సౌజన్యతల నొప్పారుచు అచ్చటచ్చట తిరిగి, ఆనందముగ పాడి, యాడి, పండిన పండ్లమెసవి, చల్లనిగాలి వీచుచుండ, తమ అపూర్వవిజ్ఞానిశేషములచే దేహసంరక్షణార్థము అందముగనల్లిన తమ గూండ్లజూచి లోకంబచ్చెరువొంద, యుక్తాయుక్తమెరుంగని బాలవృందములతో సహితము అన్యోన్యదాంపత్యప్రేమల గలసి సుఖోపభోగించుటకో [illegible]

బ్రకటింపుచు, వృక్షములపై ఆహ్లాదముగ కాలముగడపు నిరపరాధపక్షిజంటలను తమకరకుటమ్ములం దెగటార్చి! నెడబా టొనర్చి! తదార్జితపాపద్రవ్యమున కుటుంబజీవనముల గల్పించుకొను మనకిరాతసోదరుల అన్యాయజీవహింసాపూర్వకద్రవ్యసంపాదనోద్యోగదుర్వ్యాపృత్తికి దగినఫలంబేది? యట్టి వారికి పత్నీవియోగసంప్రాప్త స్వానుభవ జ్ఞానముచేగాని నాడు పక్షిజంటల దెగటార్చినపుడు అవి యనుభవించు చిత్తవైకల్యవియోగదారుణ దుఃఖబాధాజనిత ఆక్రందనములు స్ఫురింపనేరవు గాబోలు! నిందుజీవనములతో బొట్టలనీడ్చికొనుచు, నిరపరాధజీవితములగడపుచు, తుదకు ఎందునకును బనికిరాని ఘోరవ్యసనమ్ములతో గూడిన అనుష్ఠమును, తమ పూర్వజన్మలబ్ధజీవనముచే గల్గిన పాపఫలితముగ మోసపుచు, ప్రజల నస్వభ్రష్టాచారమునుండి తప్పించి, పరోపకారమొనర్ప భగవంతునిచే సృజింపబడిన నిందుజీవులగు నిరపరాధమూగములను నాలుగుకాళ్లు బిగియగట్టి దలక్రిందుగ వ్రేలవైచి దేహభారాయాసము సహింపలేక మొఱ్ఱోయని యేడ్చుచుండ, ఆకలిదప్పులకుం జల్లడిల్లుచుండ, పైనవైచినకట్లనలుకుళ్లు పాదంబుల నలిపివైన, కోపాగ్ని పెడజ్వాలలు శరీరమంతట మూగ్చుచుండ, దేహభారంబున ఆయాసంబుపడి శ్రమించుచు నేత్రములనుండి కన్నీటిదుఃఖాశ్రువులును, ముక్కునుండి నోటినుండి లోనికోశంబులుపగులు రక్తపాతం జేసి స్రవించు జలంబు

కేయులై బోర తమను రక్షింప తోటి జీవులెవరైనం బొడసూ పుదు రనుయాశచే దిక్కులు ప్రతిధ్వనించునట్లు రొదసేయు చుండ సంతలకు లాగికొనిపోబడి నేత్రములతో జూచుచుండ, వాపోయెడి తత్తరపాటొందు చిత్తంబులమొత్త్రోయును ఆక్రంద నార్తనాదములు చెలగుచుండ, గిలగిలకొట్టుకొనుటకు సహితము పశబంధనమున వశముగాక చూపరుల కటికగుండెల సహితము జగులగొట్టునంత ఘోరహింసా రూపవరాహ మారణసన్నాహ పాపభూయిష్ట ప్రచండ యాతనాపూర్వక దయాశూన్య మరణ ప్రహారోద్యమసాధనభూతులగు కిరాత పోషకుల మానవత్వము మానవసంఘ నిర్మూలన పాప హేతుకములుగాక మరేమి ? యిట్టి ఘోరాతిఘోర హింసా కృత్యంబుల జూచి సహించుటయు, అమేధ్య భక్షణచే అపవిత్రమై తత్సారంబున వృద్ధిం బొందిన వరాహ కళేబరంబుల ఛేదించి తన్మాంసము నారగించుటయుండలి అపవిత్రాహారంబుల నెఱుంగక భక్షించుచుండు మానవజాతులకు తగిన ప్రచారంబు సల్ప మాన్పింపకుండుటయు, కృపాసముద్రుండగు భగవానుడు విశ్వపారిశుద్ధ్యంబున కనువగునట్లు సూకరంబుల సృజియించియుండ వాటిప్రయోజనంబుల గ్రహించి సూకరసంఘంబుల నాశనంబొనర్చు మానవజాతులను హరింపంజూడక ఐశ్వర్యమత్తతం జనియించిన అజ్ఞానంబునం జేసి తోటిమానవజాతీయులగు పాకీజాతివాండ్రచే జన్మాంతర ప్రారబ్ధలబ్ధ ఘోరభయంకర నీచాతినీచకష్టాది మహావ్యాధిపీడితులవలనసహితము

విడువంబడిన పశులమూత్రములను మితాయిబుంగలు పోయించు నట్టిపోయించి నాగరికతాప్రపంచమున దాండవమాడుచుంటి మని విఱ్ఱవీగుచుండుటయు మిక్కిలి అవమానకరంబును లజ్జా హేతుకమునుగూడనై యున్నది కావున దేశీయులంబాగుగ బోధించి పాకీజాతీయులచే సూకరజాతిని పోషింపుటయు తన్మూలమున దేశపరిశుభ్రత గలిగించి హింసను మాన్పించి నచో నొకేసారి రెండు ధర్మముల నెరవేర్చి ధన్యులగుదురని నమ్మవలసియున్నది.

జంతువులను పెంచి వధించుట పుత్రఘాతవంటిది.

పట్టెడుమాంసమున కాసించి క్రూరులారా పెంచిన మూగను మనసార నమ్మిన తన్న బిడ్డలకంటె కడు ప్రీతిపాత్రముగ పెరిగిన జంతువులను వధియించుట కేవలము కన్నపుత్రులను బట్టి వధించుటవంటిదే యగును. హింసాకృత్యము కేవలము అసుర కృత్యము. నరమూర్ధ్నిహృదయులు దలంపరాని నీచకృత్యము. స్త్రీ పురుషాదులెల్లరును స్మరింపరాని ఘాతుకకృత్యము. అంతేగాను కడుపార నవమాసములు మోసి కనిపాలొసగి పెంచు నాకేను తల్లులు అంగీకరింపగూడని ఘోరనిషేధకృత్యము. ఏలనగా:— కన స్త్రీలు పొత్తిళ్లలో బట్టుండి ఎఱ్ఱని లేత నాలుకలచే తల్లుల స్తన్యపానాసక్తి పాలుద్రాగు మన బిడ్డలకును, నా లేగ దూడల స్తన్యపానుల తమ ఎఱ్ఱని లేతనాలుకలచే పాలు కుడుచుచు ఆహ్లాదమున తోకలు నాకించుచు పొత్తిళ్ల లో ...

రగించు జంతుసంతానములకును, మన ముద్దుబిడ్డల చెంగు చెంగు గంతులకును, జంతుసంతానముల చెంగుచెంగు దాటులకును, మన పసిపాపల ముద్దుపల్కులకును, వాటి పసిపాపల ముద్దు అరుపులకును, మనబిడ్డల అందచందంబులకును, వాటి బిడ్డల రూపురేఖలకును, న్యాయదృష్టితో వీక్షించిన భేదంబు లేనట్టు భావంబు మనమనంబుల నెలకొననాడే [illegible]లీలా విహారుండగు సర్వేశ్వరసృష్టియందలి ఆనందము [illegible] మహాముని సర్వ[illegible] ప్రాణంబుగ ప్రేమించి నిజ బిడ్డ ప్రేమ తత్వము నొంది [illegible] మగుదుము. కేవలముల మానవ రూపమున [illegible]. నిజ [illegible] కున్న [illegible] ఘోర[illegible] హింసాకృత్యములు లాచరింప గల్గునా! అయ్యయ్యో! మన[illegible] జాలి[illegible] హింసాకృత్యములు జూచి యూరకుండుట ధర్మమా ? మీకర్త [illegible] దయాంతఃకరణంబు పొందుటలేదా ! చూడుము! మన మొనర్చు హింసాకృత్యంబులకై దలచిన మనసంబు లెట్లు పరితపించునో! మనము [illegible] బుట్టినపిదప జచ్చుట తప్పదను విషయము నెరింగియుండియు, తాత ముత్తాతలు, తల్లిదండ్రులు, అన్నదమ్ములు, అక్కచెల్లెండ్రు మొదలగు రక్తస్పర్శ బంధుగులేగాక యిరుగుపొరుగువారలనేకులు సహితము మృతిం జెందుట కనులార జూచుచుండియు, మిక్కుటంబగు ప్రేమం

బున బెంచిన బిడ్డలు సహితము జచ్చిన కడుపుశోక మనుభవిం
పుచు ప్రాణములమీఁది తీపిచే యట్టెకట్టుకొని యూరేగువార
లవలె చావనిత్తోడనె దేహములు వణఁకి, గుండెలావులి ప,
ముచ్చెమటలు గారుచుండ గడగడలాడి భయపడుదుమే! అట్టి
యెడ మానవులవలెనే తల్లిగర్భమున బుట్టి తల్లుల స్తన్యములు
త్రాగి పెరిగి మనకువలెనే క్షుత్పిపాసల నిమిత్త మాహార పానీ
యము లారగించుచు మనవలెనే ఆహారనిద్రాభయ మైథునాదు
లంగలిగి మనవిధంబునె పాంచభౌతిక దేహంబుల బొల్లు బోసి
కొనుచు, మనపోల్కిగనె రక్తమాంస శల్యాదులంగలిగి మన
రీతినే చూచుటకు నేత్రములు, తినుటకు నోరు, రుచిందెలియ
నాలుక, నములుటకు పండ్లు, ఆఘ్రాణించుటకు ముక్కు, రమిం
చుటకు రహస్యావయవములు, చరించుటకు కాళ్లు, శరీరంబున
సప్తధాతువులు, స్పర్శజ్ఞానము, గుండెచలనము, ఉచ్ఛ్వాసనిశ్వా
సములు, కంఠధ్వని యజమాని ఆజ్ఞను గ్రహించు గ్రహణశక్తి
పుత్ర పుత్త్రికాప్రేమ, భార్యాభర్తల అనురాగము మొదలగు
మానవానుకరణములైన విషయంబులనేకములు కలిగియుం
డుట దెలిసికొండియు, మన ముద్దుబిడ్డలవలెనె మచ్చికజేసి
పెంచుచున్న మనలను జూచినంతనె సంతోషమున పొం
గుచు, మన ఒడలెల్ల దనివిదీర నాకుచు, తమకు మనయందు
గల ప్రేమభావంబు నాపికొనంజాలక మీఁది కెగురబోవుచు,
దూరమున మేయుచున్నను మన పిలుపు వినినంతనే

ఆనందముగ గంతులవైచి పరువు పరువునవచ్చి, ఓరకన్నుల ప్రేమంపుజూపుల మనలం జూచుచు, మన దేహం బంతయు నాకుచు, యిండ్లయందు జంటిపిల్లల చందంబున గంతులు వైచి నాడికొనుచు మనలను తలిదండ్రులుగ భావించి కపట ప్రేమగాక నిజంబగు ప్రేమవిశ్వాసంబులంజూపు కరుణాపుం జంబులగు బుత్రతుల్యంబులైన బెంచిన యమాయక జంతు కూనలనా మనము కంఠనాళంబుల దెగనరకించుట! వాని మాంసమునా మనపొట్టలనింపుట కొరగించుట! వానిరక్త మునా మనము గడుపార ద్రాగుట! నాయనలారా! వాని కంఠనాళములను మనము గరుకుకత్తులచే నరకించునప్పుడు వాని శరీరములు భయముచే గడగడ వణంకుటను జూచి దిగులొంది మనశరీరంబు లేల కంపరపాటొందలేదు! మరొక నిముసమునకు మనము కంఠముల ఛేదించుదుమనగా యింకా దామెంతకాలమో జీవింతుమనునాశచే క్షుద్బాధ తీర్చుకొను నిమిత్తము నములుచు, యింకా సగ మీవలకు ప్రేలబడు చున్న బచ్చికపరకలంజూచి మన కడుపులోని అన్నము వేల వమనమార్గమున పోలేదు! మరణకాలము సమీపించగా ఘోరభయంకర స్వరూపులగు యమభటులంబోలె నొకడు తలను లాగిపట్టి మరొక కటికవాడు తలను నరకుట కుద్యుక్తుం డగు తరి బెంచినవాడవు నీవు ఆపత్సమయంబున కాపాడు

వను నాశతో నిను తలంచి నీవంక కనుగ్రుడ్లను ద్రిప్పి దీన వదనములతో నిను వీక్షించుచు నేత్రములనుండి వెలువరించు వానిదుఃఖాశ్రులంజూచిగాని ఆర్త, భయ, దుష్టులంబరికించి గాని నీ నయనంబులు ఏల నీరు జలజలరాల్ప లేదు ?

ప్రాణప్రియాణసమయంబున నిను దలంచి నీవురక్షింప జాలకపోయితివి, నిను విడచిపోవవలసివచ్చె దండ్రీ! అనుచు జెప్పందలచునూచనగ "అంబా" యని అరచిన దుఃఖమయం బగు కడపటి ఆర్తింగాంచి నీగుండె ఏల బగులగొట్టబడ లేదు! కంఠము ఛేదించిన పిదప నిను ప్రేమతో నాకి జాలింబొందెడి దల వకవైపునను, మొండెము వేరొకవైపునను బడి నిండుజీవి బలవన్మరణ మొందుటచే బాధను భరియింపజాలక గిజగిజ గొట్టుకొనునపుడు మానవుడవుగాన మరణవేదనను గ్రహింపం జాలిన నీవు జాలిందాలి వ్యథంజెంది మహోగ్రపాపకర్మ న్దలంచి శరీరంబెల్ల జెమ్మటలు గ్రమ్మ ఉన్మత్తుని జాడంబున ఏల మూర్ఛం జెందలేదు ? ఓ దయామయులగు మానవసంఘీయులారా! మీ హృదయము లు రాతి నిర్మితంబులా! మీ చూపులు నిర్దయాదృష్టులా! మీ చేతలు దయాశూన్యము లా! మన బ్రదుకులు చిరజీవిబ్రదుకులా! మన యాలుబిడ్డలు దీర్ఘాయుష్మంతులా! మన మొనర్చు దారుణభీకరనిర్దయా సహితంబగు హింసాఫలం బేరీతి మనల బీడించునో యని తలంచిన గుండెలు బ్రద్దలగుచున్నవి. శరీరములు గగుర్పా

టొందుచున్నవి. పెదవులు ఆరిపోవుచున్నవి. అయ్యయ్యో! ఆయువులు సమీపించుచున్నవే! ఈ దేహములు శాశ్వతములు కానేరవే! మన మాసించు గృహక్షేత్రదారాపుత్రధనమిత్రాదులు మన వెంట రారుగదా! పుణ్యపాపముల యోజనచేయక దానధర్మముల సహితము మరచి యింటను బూడ్చియుంచిన ధనంబు పెకలించి తుదకు మన నామస్మరణమైనం జేయక హాయిగ విలాసార్థముగ ఖర్చుబరచి వినోదింప నెంచి పక్కిపోతులవలె గనిపట్టి జూచుచుండువారలే గాని, వారి నందర సంతోషబరుపనెంచి హింసాదికృత్యము లొనర్చి జీవజంతువుల జంపి మాంసభక్షణ మొనర్చునట్లు జేయు అందలి పాపము లనుభవింప బాల్గొనువా రొక్కరైనను గలరా? ముదిమి పైబడి దేహము వ్యాధిగ్రస్త మగుతరి గోటిమంది వైద్యులు వచ్చియు కాలాంతమునకు ఆవరించెడి వ్యాధిం బాపంజాలక వాపోవుతరి రాత్రియో, బగలో, యింటనో, బయటనో, కఫవాతపైత్యములు బ్రకోపించి దేహమున నవరంధ్రములను శ్లేష్మపూరితమై శ్వాసింప వీలుంగానక గిజగిజ కొట్టుకొనుచు వాతంబు గ్రమ్మి గాలుసేతులు జల్లబడి, గ్రుడ్లు మిటకరించి, మరణవేదన జెందునపుడు, చుట్టములు బంధుగులు, స్నేహితులు, బిడ్డలు, భార్య మొదలగువారు బిక్కమొగములు వైచి చూచుచుండ, అవస్థం దెల్పికొనసమర్థత గానక జూచుతరి, బాహ్యదృష్టిం దృష్టింపజాలక యున్నను.

యంబున, ఘోరభయంకరాకారుండగు యముండు, ప్రళయ కాలభీకరమేఘంబురుంబోలు శరీరచ్ఛాయతో, రౌద్రభీకర స్వరూపంబగు మహిషంబు నధిరోహించి, రక్తవర్ణనేత్రంబులతో యదలింపుచు కాలపాశంబు వైచి, ప్రాణంబుల పెకలించి దీసుకపోవుకాలము ఎదురగుచుండుట మరచి, యీమూడునాళ్ల ముచ్చట జీవితమును శాశ్వతమని భ్రమించి, యిక్కడాడిన యాటలు, బల్కిన బరుసంబులు, వైచినగంతులు జీవులవధించుట హింసగాదని వాదించు కుతర్కవాదనలు అక్కడకూడ సాగునని విఱ్ఱవీగకుడు. నాయనలారా! జిహ్వాచాపల్యంబున నిందు జీవుల కంఠములను ఛేదించి సమస్తజీవుల శిరములనరకించి, నిరపరాధులగు జీవులదెగటార్చి వాటిని స్వభావమైననియమితంబగు మరణంబుల నొందనీయక మున మొనర్చెడి బలవన్మరణవేదనచే బాధకు తాళంజాలక గిజగిజ గొట్టుకొనుచు, అనాథలవలె వాపోవు ఆర్తనాదాలు నిరపరాధులగు జీవుల మొరాలకించు ప్రభువు లేకపోలేదు! ప్రత్యక్షరాజదండన లేదుగదా యని గర్వింపకుడు. ఏపరాత్పరుడు మాతృగర్భంబుల బిండములకు జఠరాగ్నిం దగ్ధంబు లొందకుండ రక్షింపుచున్నాడో, ఏ తేజోమూర్తి తన అఖండ దివ్యతేజంబున పదునాల్గు భువనంబుల బ్రకాశింపుచుండునో, యేప్రభావసంపన్నుడు పంచభూతంబులను దన యిచ్ఛచొప్పున నడపించి సృష్టిస్థితిలయంబుల నొందింపుచుండునో అట్టి ఆర్తత్రాణపరాయణుండగు

సర్వేశ్వరుడు తన సృష్టిక్రమంబున కడ్డుదవిలి ముందు వెనుక లారయక, యుక్తాయుక్తముల జింతింపక, పుణ్యపాపంబులం దలంపక, జీవదయాశూన్యులమై కనులార జూచుచు, మనసార దెలసి, యీ పాడుపొట్టమేతకొర కాసించి మన మొనర్చుచున్న ఘోరహింసాపాపకృత్యంబులకు గినిసి యమగదాఘాతంబుల మర్దింపంజేయునో, మండుచుండు తైలధారలం ద్రావించునో, అగ్నిం బడద్రోయించునో, కరకురంపంబుల మన శిరంబుల నరకించునో, విచ్చుగత్తులంబెట్టి నాలుకల జీల్పించునో, ముండ్లకంపలం బెట్టి యీడ్పించునో, జీమునెత్తురులం ద్రావించునో, భయంకరమృగంబులచేత భక్షింపంజేయునో, గ్రుడ్లనూడ బెరకించునో, గాక మరే నీచాతినీచజన్మల నెత్తించి యేవిధంబున యాతనలబాల్జేయునో బాగుగ యోజించుకొనుడు. ఏల యన జీవహింసకు మించినపాపంబు వేరొండు లేదు. ఘోరాతిఘోరపాపంబని శాస్త్రపరిచయమునసే గాక ఆత్మచింతనవలనగూడ గన్పించుచున్నది. కావున వెంటనే హింసాకృత్యముల మాని పశ్చాత్తాపహృదయులై దైవమును శరణుజొచ్చి పాపవిముక్తు లగుదురుగాక!

సాధ్వీమతల్లులారా! పతిభక్తి, దైవభక్తి, స్నానములు, ఉపవాసములు, నోములు, వ్రతములు, దానములు, నియమములు, తీర్థములు మొదలగున వన్నియు మాంసభక్షణ మానకున్నయెడల వ్యర్థము లని ముమ్మాటికిని నమ్ముడు.

జాతరలలో నసురపూజలు నిందార్హములు.

జాతరలలో మనలో గొందరమాయిక ప్రజలు తండోపతండములుగమూగి ధనమును ఆకర్షింపదలచిన పూజారి కుమ్మరియింటనుండి తెచ్చిన క్రొత్తకుండకు సున్నపువాసినలువైచి పూజఘటమను పేరున నెత్తిపై బెట్టుకొని యుక్తింగనిపట్టి గ్రామదేవత తన్ను ఆవేశించినట్లునటింపుచు, కొగిళ్లసందున నూగుల నూగుచు గంతులవైచుచు మూఢజనులనునమ్మించి, వారిపనిపాటలన్నియు మంటగలిపి, నిశీథసమయమున నిదురజెరపి ధమధమ ధ్వానములతో రాత్రిభాగమంతయు గడపి అమాయిక జనులచే నొసంగబడిన కుక్కుటశిరంబులు ధనమునిబాటించి నెత్తింపుచు, చీరలు, రవికలు, మొదలగు నైవేద్యముల గుంజుకొనుచు. వేలాదివేలు జంతువుల బలియగు నట్లొనర్చి, తన అపూర్వ చమత్కార పటిమాతిశయంబున గారడీవాని చందంబున ప్రజలను మోసగించి తుదకు తెల్లవారగనే యింటికేగి సదరు పూజఘటమును దగభార్యకొసంగుచు అంత నామె యాఘటమునకు జుట్టబడిన-చీరలు, రవికలు మొదలగునవి తాను ధరింప దాచికొని ఆపూజఘటమును పెరటిలో బెంటకుప్పమీద విసరి బారవైచును. చూచితిరా! రాత్రింబవళ్లు మన అమాయిక జనులు పనిపాటలుమాని, ఆరాధించి, నోరెరుంగని అమాయిక మూగజీవులవధించి, దేశమును రక్తమయంబొం

దించు నట్లొనర్చిన మహాంకాళమ్మ పూజారివాని యింట పెర
టిలో పెంటకుప్ప అమ్మవారగుచున్నది. పరమ దయాళుం
డగు భగవానుడు గుణభేదంబుల మోహితులైయున్న మాన
వులలో దన్ను ఆరాధింపదలచువారల మనమున నెట్టినిదాన
మగు భావం బేర్పడియుండునో అట్టిరూపంబున బ్రత్యక్షమగు
టకు నిశ్చయించి భక్తుల మనంబులు చెదరి అన్యాయత్తంబు
లొండకుండు నట్లనుగ్రహించుటకు నిమిత్తము పురుషులకు పురుష
రూపంబునను, స్త్రీలకు స్త్రీరూపముతోడను దర్శనంబొసంగి
తరింపజేయుచలంచి అన్నిరూపులుదానయై అనుగ్రహింప
బూనుటను మన అవిద్యాదోషమున గ్రహింపజాలక మూర్ఖు
లమగు మనము గ్రామదేవతలను అవ్యభాతలంచి భగవంతుని
ఏకత్వమునకు భిన్నత్వము నాపాదించి, క్షుద్రదేవతగ భావించి,
హింసారూపమైన జంతుబలి నైవేద్యముల సమర్పించి మహా
పాపములను మూటగట్టుకొనుచున్నారము. జగదేకమాత
స్వరూపుడగు భగవానుడు పరమ సాధుస్వరూపుడుగాని
ఘోరరక్కసుడుగాడు! ఆసర్వ మంగళస్వరూపిణియగు భగవ
దవతార జగదేకమాతకు అల్పులమగు మనమీయగలిగిన
కానుక లేమిగలవు? భక్తికానుకనీయవలె. ఆమె సంతుష్టినం
దవలె. అంతియేగాని రక్తమాంస, శల్యమలమూత్ర సహితం
బులగు దుర్గంధశవములనా ఆమెకు సమర్పించుట! ఎంత వెఱ్ఱి
తనము! ఎంత మూఢాచారము! ఈవిధానము మౌఢ్య

మార్గఁబిచ్చునని మనహృదయంబుల జేతులువైచి చెప్పగల్గు దుమా? నిజముగ మన మనుకొనినయట్లు గ్రామదేవతలు శవములనే బలిగ గోరునంత ఘోరరక్కసిస్వరూపిణిలేయైనచో మన మ్రొక్కులకు మెచ్చి మనబిడ్డలనుమాత్రము రక్షించునా? రక్షింపదు. రక్షింపదు! ఏలయన శవములను నిత్యము బీకికొని దినుచు రక్తమాంస శల్యములారగించు ఆమెకు మన బిడ్డలను రక్షింపజాలినంత దయారసమెక్కడుండును. మన యొక్కయు మనబిడ్డలయొక్కయు మాంసముమాత్ర మామెకు జేదుగలిగించునా? గనుక మనలనుగూడ నమలియే దీరును. రాక్షసస్వరూపమునకు యుక్తాయుక్త వివేకజ్ఞానముండునా? నాయనలారా! పచ్చకామిలరోగికి జగంబంతయు బచ్చనివర్ణముగ దోచునట్లును, పైత్యరోగికి లోకంబంతయు దిరుగుచున్నట్లగపడుచందంబునను అజ్ఞానాంధకారమునబడి కొట్టుకొనుచున్న మనకు ధర్మరహితంబగు శాస్త్రదూష్యంబైన యీపాడు హింసా సహితంబగు జంతుబలి విధానము ధర్మమువలె దోచుచున్నది. అదియునుంగాక మనబిడ్డలు మ్రొక్కులవలన జీవింపరు. అట్టులైన మన తండ్రితాత లేలజచ్చిరి? ఆయాజీవులు వారొనర్చిన జన్మాంతరప్రారబ్ధము బూర్తిగననుభవించునందాక జీవించియుండి కర్మానంతరమున క్షణికంబేనియు జీవింపజాలరు. మ్రొక్కులవలన ఆయువుల నిలిపికొనగలిగినచో దేశమున బ్రతివత్సరమున యిన్నిచావులేల తటస్థించుచున్నవి.

మనకంటే వేలాదివేలు లక్షోపలక్షలు జంతువులబలి నొసంగ జాలురాజాధిరాజులు సహితము ఆయువుల నిల్పుకొనంజాలక జచ్చుచున్నారే! కలరా, మశూచికాది రోగములను మన మ్రొక్కులకు మెచ్చి గ్రామదేవత మనకు రాకుండ కాపాడిన యెడల కుష్ఠ్యాదిరోగములను మాత్ర మేల మాన్పింపరాదు. ప్రభుత్వమువారు కలరా, మశూచికాది రోగనివారణార్థము ఇంపు నుద్యోగులబట్టి యేల బీకింపరాదు? వారుమనకంటెను గూడ నెక్కువ జీవబలుల నీయగల్గుటను అమ్మవారు గమ నించ లేదనియా మీ యభిప్రాయము. కావున "పూర్వజన్మ కృతం పాపం వ్యాధిరూపేణ పీడితః" అను శాస్త్రోక్తిని గ్రహింపజాలక వెఱ్ఱిమొఱ్ఱి నమ్మకములకు లోనై హింసా పద్ధతిని దైవము నర్పించి పతితులమగుచున్నారము. కాబట్టి మనయందుండు బహుకాల్యంబైన అజ్ఞానంబును పారందోలి శాస్త్రనిర్ణయము చెప్పబడిన హింసారహితమైన సాత్విక పదార్థ ములచే జగన్మాతను అర్చించి తరింపుడు

సుజనులారా! ముఖ్యవిషయమును గుర్తింపుడు. చైత్రము మొదలు ఆషాఢమాసము తుదివరకును అమిత మైన ఎండలు కాయును. అంతట వర్షము కురియగనే కాలిన భూమిపై నీరు పడినవెంటనే భూమిలోనియావిరి ఉష్ణరూప మున పైకెగసి మానవదేహములలో తత్వములను మార్పు జెందించును. వేసవియందు భక్షించిన మామిడికండ్లు, తాటి పండ్లు మొదలగువాటివలన పేరుకొనిన ఆమము ప్రకోపించి

జఠరమును తగ్గించును. దానిపై బలుహారమైన మాంసాదులు సేవించుటచే జీర్ణముగాక అజీర్తివలన వాంతులు, విరేచనములు ప్రారంభమై జనులు మృత్యువాతగుచున్నారు. సామాన్యముగ యిట్టి వ్యాధులు శ్రావణభాద్రపదములయందే గల్గుచుండును. ఇట్టి వ్యాధులు నూటికి తొంబదితొమ్మిదిపాళ్లు మాంసాహారుల యిండ్లలోనే తరచు సంభవించుచుండును. అట్టివారు పైవిషయములను గుర్తింపక గ్రామదేవత మాహాత్మ్యమని భావించి నూకాలమ్మ గంగమ్మ ఎల్లమ్మ, అసిరమ్మ, మరిడమ్మ, మహంకాళమ్మ, పోలేరమ్మ, వాంతులమ్మ, భేదులమ్మ, తలుపులమ్మ, డగ్గులమ్మ, మాసుళ్లమ్మ, పరదేశమ్మ, పుంతలో ముసలమ్మ, నేరేళ్లమ్మ, దురదలమ్మ, తీటలమ్మ అని వింతపేర్లుగల దేవతలకు జీవబలుల నిత్తుమని మ్రొక్కుచుందురు. అట్టివారిలో నూటికి 90 మంది మరణించి ఏపదిమందియో మాత్రము జీవింతురు. చచ్చినవారలు ప్రారబ్ధవశులనియు బ్రతికినవారలు అమ్మవారి మహత్తువలన జీవించిరని భావింతురు గాని మ్రొక్కులవలన జీవించినచో అందరును ఏల బ్రతుకకుండిరి? యను ఆలోచనయే బొడకట్టజాలకుందురు. సరిగదా దేవతయందు సహితము పూర్తినమ్మకము లేక ఒకవైపున వైద్యములుగూడ జేయింపుచుందురు. తనయందు దృఢనమ్మకము లేని యిట్టి కపటభక్తులను అమ్మవారెట్లు రక్షించునో తెలియదు! జనులను, పశువులను పీడించు అమ్మవారిశక్తి సర్కారు యుద్యోగుల ముందు ఎందుకు పనికి

రాకున్నదో బోధపడదు. కావున జనులారా! గణాచార్యుల యొక్కయు, తలమొల కామూళ్లకై యాశించు గుడిపెత్తనదార్లయొక్కయు బెదరింపులకు జడియక లోకడ మొక్కులున్నవారలు వారివారి తృప్తినిమిత్తము వారొసంగదలంచిన జంతువుయొక్క ఖరీదునకు సరిపడు విలువను వెచ్చించి, పండ్లు, ఫలాహారములు, చీరలు, రవికలు మొదలగునవి గొని కుంకుమపూజలతో అమ్మవారిని సంతుష్టిజేయుడు. గ్రామములో పెద్దపెద్ద భూస్వాములు, లక్షాధికారులు వందలాది జంతువుల బలినొసంగు సమర్థతగలవారివందరిని వదలి చుట్టు గుడిసెలయందు దిండికిలేక తాటిటెంకల పీకుచు ఎలుకనో పందికొక్కునో, బావురుపిల్లినో, పీకనో తిని జీవించు నిరుపేదలే తనను సంతుష్టిజేసి తృప్తినొందింపగల గొర్రెలు, మేకలు మొదలగువాటిని బలినొసంగు సమర్థులని భావించి అమ్మవారు వారినే యాశ్రయించినదని తలంచుచుంటిరా? లేక సృష్టియంతకు ఒకదైవమును ప్రత్యేకము వారికొరకు దేవతయు యని భావించుచుంటిరా? మనహింసాకేతను వంటు వివేకులగు పెద్దలందరును ఏదారిని పోవుచుండిరో యాదారినే యవలంబించుడు. అట్టిమొక్కులన్నియు ఎన్నడును అమ్మవారి నిమిత్తముగాదనియు వారివారి నాలుకమ్మవారికే ననియు ప్రజలు ముకొమ్రటికిని గుర్తింతురుగాక!

సృష్టియందు దైవబలముచే అనేక జీవులు పుట్టుచు జచ్చుచుండ తన బిడ్డలనే ప్రత్యేకముగ మొక్కులవలన

నిలువబెట్టి లోకమునంతయు నుద్ధరింపవలెంచుట వివేకలక్ష
ణముగాదు. ఆలుబిడ్డలకొరకు లక్షలాది జీవరాసుల జంపు
చుండు నట్టివారి కడుపుచలువవలనబుట్టి కేవలము మ్రొక్కు
లవలన పూర్ణాయుష్మంతులగు నాబిడ్డ లెన్ని జీవరాసుల
దమపొట్టల బెట్టికొని లోకనాశనము జేయువారగుదురో యని
దలంచిన విచారము కలుగుచున్నదిగదా! కావున దయా
మయులారా! వెంటనే మాంసాహారమును పూర్తిగ మానిన
యెడల కలరా మొదలగు అజీర్ణవ్యాధులు మిమ్ముల పీడింప
జాలవు. అంతట భక్తికొరకు పండ్లు, పుష్పములు, ధూపదీప
ములు మొదలగువాటితో అమ్మవారిని పూజించి తరించుదురు
గాక! చక్కగ దున్నిన చేనితో మంచివిత్తనములు చల్లిన
మంచి యాహారము లభించునుగాని, కుసిలిన విత్తనములు
చల్లిన మంచి యాహారము లభించనట్లే, దయాస్వరూపిణి
యగు అమ్మవారికి భక్తిపూజ లొనర్చిన మంచిజన్మల నొసం
గును. హింసాపూజలొనర్చిన నట్టిహీనజన్మలనే ప్రాప్తిం
చును. కావున సాత్త్వికపూజలనే జేయుడు. మూఢ శాస్త్రా
చారములను వెంటనే మానుడు. భగవంతుడు మిమ్ము రక్షించు
గాక! బలవన్మరణము పొందినవారు ఈమానవజన్మయం దను
భవించవలసిన కర్మపూర్తిజేసికొనుటకై పిశాచజన్మల నెత్తు
వల్లే మీచే బలవన్మరణము పొందబడిన జీవులన్నియు పిశాచ
ములై మీరు దేహములు చాలించినపిదప మిమ్ములను పీకికొని
తినుటకై సిద్ధముగ నుండునను ధర్మరహస్యమును గ్రహించి
జీవహింసను మానుడు.

నట్లు శవసంస్కారము జేయింపుచున్న నీ యమానుషకృత్యములు వర్ణనాతీతములు గదా ?

యజ్ఞములు.

శ్లో. ఆత్మౌపమ్యేన సర్వత్ర సమం పశ్యతియోర్జున ।
సుఖం వా యదివాదుఃఖం సయోగీ పరమోమతః॥

భగ. అ 6. శ్లో 32.

తా॥ ఓ యర్జునుఁడా సమస్తప్రాణులయందును సుఖమునుగాని దుఃఖమునుగాని తనవానిబోలికను సమముగ నెవ్వఁడు జూచుచున్నాఁడో ఆ ధ్యానయోగి పరమశ్రేష్ఠుఁడని నా నిశ్చయము.

చరాచరాత్మకంబైన భూతకోటిలోని ఉపాధులలో మానవదేహము, ముక్తినొందుటకు గరుడవాహనమువంటి దని పెద్దలు చెప్పుదురు. అట్టి ముక్తి లభించుటకు కర్మ, భక్తి, జ్ఞానములను త్రివిధములగు మార్గములు గలవని, వేదశాస్త్ర పురాణాదులు ఘోషించుచున్నవి. యుక్త్యనుభవశాస్త్రాదులచే తర్కించిజూడ, కర్మమార్గము ప్రథమావస్థయని గోచరించును. అట్టి కర్మలు గూడ సాత్త్వికరాజసతామసికములని మువ్విధములుగ భావింపబడుచున్నవి. అందు సాత్త్వికములు నిష్కామ్యములై జీవేశ్వరఅభేదభావముతో జేయఁబడునవి యనియు,

రాజసము లన ఫలాపేక్షతోఁగూడిన ద్రవ్యాదియజ్ఞము లనగా దేవాలయవాపీకూపతటాకాదిసత్రసంతాన ప్రతిష్ఠలాదిగ గల పూర్తకర్మలనియు, తామసములనగా హింసాదికృత్యములతోఁ నెరవేర్చు యజ్ఞములాదిగాగల యిష్టాకర్మ లనియు గ్రంథవరి చయములవలన గోచరించును.

అదియునుంగాక పశువధతోఁగూడిన యజ్ఞములలో చేయ దగునా? లేదా? యను వివాదము అనేక యుగములనుండి జరుగుచున్నట్లు బొడగట్టుచున్నది. ద్వాపరయుగమునందు గీతాకారుడైన శ్రీకృష్ణపరమాత్మవంటి యోధునివలన ధర్మ రాజంతటి న్యాయశీలునకు, ధర్మముల బోధింప నియమితు డైన నిత్యసత్యవ్రతుడును, ఊర్ధ్వరేతస్కుడును యగు భీష్ము లవారు మహాభారత అనుశాసనిక పర్వములో ధర్మరాజుతో యిట్లని శెలవిచ్చిరి.

శ్లో. శ్రూయతేహి పురాకల్పే నృణాం వ్రీహిమయః పశుః ।
యేనా యజంత యజ్వానః పుణ్యలోకపరాయణాః ॥

తా. పూర్వకల్పములయందు పిష్టపశువులతో గూడిన యజ్ఞముల జేసిన చక్రవర్తులు పుణ్యలోకముల నధిష్టించినట్లు వినబడుచున్నది. అని చెప్పియున్నారు.

అదియునుంగాక, మహాభాగవత చతుర్థస్కంధము నందు యోగీంద్రుడైన శ్రీనారదులవారు ప్రాచీనబర్హితో, నీవు యజ్ఞములయందు దయవీడి చంపినపశువు లన్నియు లోహ

భగవానులు గీతయందు శెలవిచ్చినారు. మనదేశమున హింసకులు బ్రబలుటచే మనలను జూచి జంతుజాలములు భీతిల్లుచున్నవి. కాని పూరీజగన్నాథమాదిగాగల పుణ్యక్షేత్రములందు కొలనులలో యుండెడి జలచరములు మనుజులను జూచి భీతిల్లక పాదములచుట్టును దిరుగుచు చక్కగయాడుకొనుచుండును. అందులకు కారణము అచ్చటివారు వాటిని హింసింపకుండుటచేతనే గదా ఆట్టిభాగ్యమును మనమెన్నడు పొందగల్గుదుము? అప్పుడే గదా ధన్యులమై భగవత్ప్రీతిని బడయగల్గుదుము.

మానవులు నియమబద్ధులేల కావలయును?

శ్లో. ప్రవిశంతి యథానద్య । స్సముద్రం ఋజువక్రగాః ।
సర్వేధర్మా అహింసాయాం । ప్రవిశంతి తథాధృవం॥

తా॥ సమస్తమైన నదులున్ను సముద్రమున నెట్లు చేరుచున్నవో అట్లే అన్ని ధర్మములును అహింసాధర్మమునందు జేరుచున్నవి.

నేను, నాగృహము, నాభూమి, నాపొలము, నాభార్య, నాబిడ్డలు నాధనము, నాబందుగులు మొదలగు మమకారములతో మానవుడు వాటినన్నింటిని తనకు సంబంధపరచుకొనుచు, ఇతరులెవ్వరును వాటిని హరించకుండ జేసికొనుటకై ధర్మశాస్త్రములనుండిబుట్టిన రాజశాసనముల కెట్లు దాసుడై వాటిని

యందు లయ మొందింపవలయునని వేదములోని యంతరార్థ మని కొందరు భాషాకోవిదులును, వాదించువారు లేకపోలేదు. వ్యవహారముసందిగ్ధమునందున్నప్పుడు కర్మలోపమునకు వెరచు మరికొందరు దూరాలోచనాపరులు పిష్టపశుయజ్ఞములు జేయువారు గూడ గన్పించుచునే యున్నారు. లౌకికయజ్ఞములు నిందార్హములే! వైదికయజ్ఞములు ఆచరణయోగ్యములై గన్పించినను పశుమారణపద్ధతి విచారకరము. పిష్టపశుయజ్ఞములు సర్వాంగీకారముగ జూపట్టును. ఏది ఎట్లున్నను, యాగమా! ఘోర కలి. ద్రవ్యసంపాదనమా! కష్టతరము. ఆశ్రిత నిర్వాహకులా! అల్పము. శిష్టాపరులగు యజ్వలా! అరుదు. అందుచేత యజ్ఞములవలన దేశమున హింస ప్రబలుట కవకాశము లేదు. ఇందువిషయమై వ్రాయబూనుట అంతగా అవసరము లేకున్నను అహింసాచర్చ వచ్చినప్పుడు దీనిని ముచ్చటించుట తప్పనిసరి గదా! పెద్ద లూహించి దేశకాలపాత్రములనుబట్టి విధానముల మార్చుట అవసర మని గుర్తించునట్లు వేదపురుషు డనుగ్రహించుగాక!

ప్రేమతత్వమహిమ.

శ్లో. అహింసా ప్రతిష్ఠాయాం; తత్సన్నిధౌ వైరత్యాగః॥

తా. ఎవనియందు అహింసాతత్వము నెలకొనియుండునో వానికి శత్రువులు మిత్రులగుదురు.

ప్రేమతత్వమునందు చక్కని ఆదానప్రదాన (యిచ్చిపుచ్చుకొను) లీల గలదు. అనగా నీవొకరిని ప్రేమించినచో వారిలోని ప్రేమను నీ వాకర్షించుకొని తిరుగ వారిచే బ్రేమింపబడుదువు. అట్లే యితరులను ద్వేషించినచో వారివలన ద్వేషింపబడుదువు. గోవులు మొదలగునవి వాటియందలి ప్రేమతత్వము వలననే యితరులచే బ్రేమింపబడుచున్నవి. వ్యాఘ్రములు మొదలగునవి వాటియందలి క్రూరత్వముచేతనే యితరుల ప్రేమను ఆకర్షింపజాలక హింసింపబడుచున్నవి.

అట్లే పండ్లు దిను చిలుకలు మొదలగునవి ప్రేమాస్పదములగుచున్నవి. మాంసము దిను రాబందులను. గ్రద్దలను జూచి యెవరైన బ్రేమింతురా ? అట్లే మానవులలో అహింసకులు పూజింపబడుదురు. హింసకుల నెవరైన యాదరింతురా ? ప్రేమతత్త్వోపాసకు లగుటచేతనే అడవులలో తపమొనరించు ఋష్యాదులను క్రూరమృగములు సహితము ద్వేషింపకుండుటకు కారణము ! ఎవని జూచి లోకమందలి యెల్లభూతములును భీతినొందకుండునో యతడే మోక్షపథమున కర్హుడని శ్రీకృష్ణ

భగవానులు గీతయందు శెలవిచ్చినారు. మనదేశమున హింసకులు బ్రబలుటచే మనలను జూచి జంతుజాలములు భీతిల్లుచున్నవి. కాని పూరీజగన్నాథమాదిగాగల పుణ్యక్షేత్రములందు కొలనులలో యుండెడి జలచరములు మనుజులను జూచి భీతిల్లక పాదములచుట్టును దిరుగుచు చక్కఁగ యాడుకొనుచుండును. అందులకు కారణము అచ్చటివారు వాటిని హింసింపకుండుటచేతనే సదా అట్టిభాగ్యమును మనమెన్నడు పొందగలుగుదుమా అట్లుచేసెదా భవ్యులమై భగవత్ప్రీతిని బడయఁగల్గుదుము.

మానవులు నియమబద్ధు లేల కావలయును ?

శ్లో॥ ప్రవిశంతి యథానద్య। స్సముద్రం ఋజువక్రగాః।
సర్వేధర్మా స్త్వహింసాయాం। ప్రవిశంతి తథాదృఢం॥

తా॥ సమస్తమైన నదులున్ను సముద్రమున నెట్లు చేరుచున్నవో అట్లే అన్ని ధర్మములును అహింసాధర్మమునందు జేరుచున్నవి.

నేను, నాగృహము, నాభూమి, నాపొలము, నాభార్య, నాబిడ్డలు నాధనము, నాబంధువులు మొదలగు మమకారములతో మానవుఁడు వాటినన్నింటిని తనకు సంబంధపరచుకొనుచు, ఇతరు లెవ్వరును వాటిని హరింపకుండ జేసికొనుటకై ధర్మశాస్త్రములనుండిబుట్టిన రాజశాసనముల కెట్లు దాసుడై వాటిని

శరణుజొచ్చి రక్షించుకొనుచున్నాడో అట్లే తనవలెనే ఆలు బిడ్డలయందు మమకారముతో కూడియుండెడి శరణుజొచ్చిన సాధుజంతువుల వధించిన పాపములపాలగుదురని యా శాస్త్రములే జెప్పుచున్నందున శ్రేయస్కాములగువారు వాటి యాజ్ఞలను విధిగా పాటింపవలయును. ఏశాస్త్రములనుండి బయల్వెడలిన గృహస్థాశ్రమాచార విహిత ధర్మములకు సూత్రధారణమాత్రమున దరిద్రులైనను, ఆచారహీనులైనను, నిందితులైనను, వికలాంగులైనను, కురూపులైనను, తుదకు మహావ్యాధి పీడితులైనను, కులాంగనలు యట్టివారిని విడచిపుచ్చకుండ పెండ్లిజేసి నిజాంతరంగ యౌవన లావణ్య సౌందర్య సర్వాంగసుందరులగు పూర్ణాంగనలు సుఖసౌఖ్య బద్ధులై కాపురములంజేయు సద్గోవర్తి పతిపత్నుల కభీష్టదాయకములైయున్నవో అట్టిశాస్త్రములే మాంసభక్షకు నీచాహారమాంసభక్షణము సర్వాపత్తిదాయకమని చెప్పుచున్నందున తప్పక వాటికి బద్ధులుగావలయును. అట్లే యేశాస్త్రాధారముల నూతగాగొని సన్నిపాతాదిభయంకరవ్యాధుల బోకార్చి ఆరోగ్యభాగ్యము లందజూచుచున్నారో యా శాస్త్రములే మాంసాహార మనారోగ్యమని జెప్పుచున్నందున అనుసరించియే తీరవలయును.

అదియునుగాక ఏ ప్రతితామహిళో మరణించిన యెడల ఆమెకు సంబంధించు ద్రవ్యక్షేత్రగృహాదులు తమకు జెందవలయు నని యేశాస్త్రముల నాధారముగ జేసికొని

న్యాయస్థానములయందు తమవాక్కులను స్థిరపరపించుకొనఁ జూచుచున్నారో యాశాస్త్రములే విధించెడి 'అహింసాపరమో ధర్మః' యను ముఖ్యసూత్రములకుఁగూడ బద్ధులై దాసానుదాసులై యుండవలెనని యే నొక్కి జెప్పవలసియున్నది. లేనియెడల యాశాస్త్రములు విధించినట్లే చెట్టయో, పుట్టయో, రాయో, రప్పయో, క్రిమియో, కీటకమో, శాకియో, గ్రద్దయో అయి బుట్టవలసియుండును. అయ్యో ఎంత విషాదాంశము !

మాంసభక్షకులగు విదేశీయుల తెలివి యెట్టిది ?

మాంసభక్షణవలన తెలివితేటలు నశించునని చెప్పుటతోడనే విదేశములవారు మాంసభక్షకులయ్యు తెలివితేటలుగలవారుగ లేరా ? యని ప్రశ్నించుదురు. తెలివి పలువిధములై యున్నది. అందు సాత్త్వికతెలివి, తామసతెలివి యని వ్యవహరింపబడు వాటినే భగవద్గీతలో దైవీసంపత్తు యనియు, అసురసంపద యనియు రెండురకములుగా బేర్కొనఁబడినవి. దైవీసంపదతో గూడిన అనగా సాత్త్విక తెలివి యిహమునకును, పరమునకును సుకరమై తన్నుతాను తెలిసికొనుటయే గాక, లోకమును, లోకాంతరములనుగూడ గుర్తింపజేసి భూతభవిష్యద్వర్తమానములలో దేహాత్మల రెంటికిని గూడ సుఖమునే కల్గించునదిగ యుండును. ఇక యసురసంపదతో గూడిన తెలివి—అనగా తామసతెలివి, పైకి సుకరముగ గన్పించినను కాలక్రమమున

ఇహపరదూరులగు నట్లొనర్చి,(అనగా అట్టి తెలివియే తనపై నధికారము వహించి తుదకు తన్నుతాను మరచునట్లు జేసి దేహాత్మల రెంటినిగూడ దుఃఖమయమొందించును. జూడుడు! విదేశములవారి నేటి సైన్సు, కెమిస్ట్రీల విజ్ఞానము లెట్లు పరిణమించి వారిపాలిటి యమదూతలై వారి నెట్లు నరకకూపమున గూలఁద్రోయుచున్నవో పరికించుడు.

వారు నిర్మించిన కార్లు, టాంకులు వారి కళేబరముల మీదుగ బరువులెత్తి తుత్తినియలు జేయుచున్నవి. విమానములు నిప్పులవర్షమును గురిపించి వారిని వారి దేశములనుగూడ భస్మీపటలము జేయుచున్నవి. దూరశ్రవణయంత్రములు వారి గుట్టునంతయు బయటవేసి వారిని హతమార్చుచున్నవి. విద్యుద్దీపములు ఆరిన గాని బ్రతుకులు సున్న యని జెప్పుచున్నవి. రైళ్లు, స్టీమరులు, కారులు మొదలగునవి వారికి సుఖాసనము లగుటకు [illegible]రు శవముల నీడ్చుటకు పనికివచ్చుచున్నవి. అసుర సంపదతోఁ గూడిన తామస తెలివి యనగా యిట్టిదియే యని గ్రహించుడు. స్వనాశనహేతువగు భస్మాసుర తెలివి; మాత్సర్యరూపమగు శిశుపాల తెలివి; ప్రేమశూన్యమగు కంస తెలివి; దేశధనబంధుపుత్రమిత్రనాశనహేతువగు రావణ తెలివి; తెలిసినదా? నాయనలారా! మొదటిలో వారును ధగధగ మెరసిన వారలే సుమా! తుదకు నశించిరిగాని. కాబట్టి వికటవాదన లొనర్పక తామసిక మాంసాహారవర్జితులై శాకాహారము లొన

ర్చుచు శాశ్వతసుఖయశోవర్ధకములగు దైవీసంపదతో గూడిన సాత్త్వికతెలివిని సంపాదింప బ్రయత్నింతురుగాక !

హింస ప్రకృతిస్వభావమైనను మన మేల హింసింపరాదు ?

భూకంపములు, అగ్నిపర్వతములు, పిడుగులు, గాడ్పులు వర్షములు మొదలగువాటివలన ననేక జంతుజాలములు నశింపుచున్నవిగదా ! మన మేల జంపరాదని భావించువారు లేకపోలేదు. దైవకల్పితములైన యాపదలు స్వాభావము లనబడును. తాను సృష్టించిన జగత్తును దనయిచ్ఛచొప్పున వృద్ధిబొందించి లయింపజేయు సర్వాధికారియగు ప్రభువు దైవము. తాను పెంచిన సస్యములను పైరు తన యిష్టానుసారము సాగుచేసి తన రబుచేసికొనును గాని ఇతరులు దొంగిలించిన సహింతునా ? అట్లే తాను సృష్టించిన జీవుల సృష్టిస్థితిసంహారములకు పరమేశ్వరుడే యధికారి యని గుర్తించుకొనరుగాక ! రైతునకు విత్తులం జల్లునప్పు డొక యానందము చేను పెరిగిన పిదప మరియొకానందమును కోయునపుడు యింతకన్న బ్రహ్మానందమును యెట్లో అట్లే యీశ్వరునకు సృష్టించి, పోషించి లయింపజేయు టెల్లను యాతని వినోదములేగాని మానవజోక్యములుగావు. దైవాజ్ఞచే మరణించినవారిం జూచి స్వభావమరణము లని యూరడిల్లుదుము గాని ఇతరు లెవరైనను మనవారిని జంపజూచినచో ఎప్పటికైన జచ్చువారలే గదాయని యూరట జెందుదుమా ?

కావుని అనధికారముగ మనము జంతుహింస జేసినచో దైవమువలన శిక్షింపబడుదుము.

వ్యవసాయదారు తనసస్యములను క్రిమికీటకాదులు, ఎలుకలు మొదలగునవి పాడుజేసిన యోర్చుకొనునుగాని పాలికాపు హరించిన యంగీకరించునా ? అట్లే జగత్కర్త యగు దైవము తనసృష్టియందలి జ్ఞానశూన్యములగు సింహములు, పులులు మొదలగువాటివలన సంభవించు హింసాది కృత్యముల సహించునుగాని కేవలము తనయంతవారగుటకు తగిన విజ్ఞానమొసంగి నియమింపబడిన మానవులు సృష్టి నాశనకారణమగు హింసలొనర్పబూనిన సహించునా ? పాలి కాపు తనకు ఖామందు ఏర్పాటుజేసిన నియమితభత్యముతో కాలము గడపునట్లే మానవులుకూడ సర్వేశ్వరునిచే ఏర్పాటు చేయబడిన సాత్త్వికాహారములను మాత్రము స్వీకరించి హింసాకృత్యముల విడువవలెను. అట్లుగానిచో శిక్షాపాత్రులే గదా ?

దేహబలమునకు మాంసాహార మవసరమా ?

శ్లో॥ రూప మవ్యంగతా మాయుర్బుద్ధిం సత్త్వం బలంస్మృతిం
ప్రాప్తుకామై ర్నరై హింసా వర్జితో వై మహాత్మభిః॥

మహాభారతం అనుశాసనికపర్వం అ 114.

తా. సౌందర్యము, అంగలోపము లేకుండుట, ఆయువు, బుద్ధి, శాంతము, బలము, తెలివి మొదలగునవి గావలయునని కోరెడి నరులు హింసాకృత్యములు విడవవలెను.

కేవలము యాకులను, గడ్డిమాత్రమే దినుచు గలలో నైనను మాంసమును రుచిజూడనొల్లక మిక్కిలి బలమువలన విరాజిల్లుచు పర్వతములవలె జూపట్టి మితిమీరిన శరీరకాంతి పుష్టిగలిగి మదించిన ఏనుగగున్నలు మాంసాహారమువలన గాని బలము లభించి శరీరము బలుపుజెందనేరదని భావించు తెలివితక్కువ మనుష్యులను జూచి ఫకాళించి నవ్వుచున్నవి. తవుడు, చిట్టు, పొట్టు గడ్డి మొదలగువాటిని మాత్రము దినుచు మాంసమును వాసనయైనం జూడనొల్లక తమ దేహబలముచే ధరాతలమును పెకలించి నాగలి దున్నుచు, మోటలలాగి పాతాళమునయందు జలమును పైకి విసరివైచుచు, అమిత బరువు వైచినను శకటములనవలీలగ లాగుచు యింకా ఎన్నియో పలువిధములైన వ్యవసాయమున కుపయోగపడెడి కష్టతరమైన పనులంజేయుచు ఎద్దులు, దున్నలు, గుఱ్ఱములు మొదలగు జంతువులు కలువులాగుట మొదలగు సునాయాసపు వ్యవసాయపనుల నిర్వర్తించి యోర్చుకొనుటకు మాంసాహార మవసరమని భావించు మూఢమానవులజూచి పరిహాసము జేయుచున్నవి. చక్కని కాయలను, పండ్లను భుజియించుచు నేత్రములతో జూచుటకు మిక్కిలి ఇంపుగలిగించెడి సౌందర్యములగలిగి కర్ణరసాయన మొదలగు దీనిని

మాటలుగూడ నాడనేర్చిన చిలుకలు, మైనగోరువంకలు మొదలగు పక్షిజాతిగూడ మాంసాహారముచే నాలుకలు మొద్దుబారి తల్లిభాషనుగూడ స్వచ్ఛమైనమాటలతో బలుకజాలని మోటుమానవులను జూచి కిచకిచధ్వనులతో ఎకసక్కెములాడుచున్నవి. తోక యున్నంతమాత్రమున మీకంటె హీనజాతికి సంబంధించిన మృగములమయ్యు అన్ని విషయములందును మిమ్ములనే బోలి యుండెడి మమ్ములను జూచియైనను నీచమాంసమును విడువలేదా యని నరులను జూచి కోతులు వెక్కిరించుచున్నవి. వేరుగతిలేక బొరియలలో దాగియుండి నిశీథసమయమున నిశాచరులవలె చరించుచు కడుపుబాధ దీర్చుకొను నిమిత్తము పీకికొని తినుటకై మే మాసించెడి చచ్చిన జంతుపీనుగులను మీరేల యాసించి మాకు కొండకండ జేయుచున్నారా యని మానవులంగూర్చి నక్కలార్చుచున్నవి. రాబందులు మొఱక్కుచున్నవి. కాకులును గ్రద్దలును కూపెట్టుచున్నవి. కావున మానవ సోదరులారా! వెనుకకు మరలుడు. నీచమైన మాంసాహారము బలముగలిగించునను యాసను విడచి విసర్జింపుడు. ఆరోగ్యమునకు శాకాహారమే శ్రేష్ఠమని విదేశములయందుగూడ వైద్యులు పత్రికా ప్రచార మొనర్చుచుండుటను గమనించుడు.

అండమ్ముల భుజించుట హింసయేనా ?

ఆ॥ జీవి జీవి జంపి, జీవికి వేయగా-జీవివలన నేమిజిక్కె-యుండు
జీవహింసకులకు జిక్కునామోక్షంబు-విశ్వదాభిరామవినురవేమ.

కోడి, బాతు మొదలగువాని గ్రుడ్లను భక్షించుట కూడ హింసయే యగును. దయామయుడగు భగవంతునిచే ఎద్దియో యొక యుద్దేశ్యముపై అండరూపమున సృజింపబడి, మున్ముందు బరిణామావస్థచే దేహరూపమొందు నేర్పాటు కాబడిన అండముల భక్షించుటకూడ గర్భస్రావమువంటి భ్రూణ హత్యాదోష మొదవింపజేయును. అండరసభక్షణకూడతమో గుణముల నభివృద్ధిచేసి మానవుని అధఃపతితునిగ జేయును. కావున గర్భస్థపిండమును జంపునట్టి దయారహితమైన యిట్టి అసుకృత్యములు వెంటనే దొలగించినగాని పాపరహితులు కాజాలరు అయితే మనము శ్వాసించునప్పుడును పెదవులు మొదలగునవి మెదల్చునప్పుడును త్రోవనడచునప్పుడుచూడక తొక్కుటవలనను, త్రాగునప్పుడు నీటియందు నశించెడి జీవుల యొక్కయు హింసాదోషము నరులకు కలుగజాలదు.

శ్లో॥ యశ్యనాహంకృతోభావో బుద్ధిర్యస్య నలిప్యతే॥

తా॥ ఎవ్వడు దాను బ్రాణులనుచంపుచున్నానని ఆత్మకు తెలియరాకయు, బుద్ధికిగోచరముగాకయు నశించెడిప్రాణికోటులనుగురించి తెలియకయున్నాడో వానికి వాటిచే పాపము

కలుగజాలదని భగవద్గీతలో సృష్టికర్తయగువరమేశ్వరుడే తెలవిచ్చినందున అట్టివానింగూర్చి తర్కించిన ప్రయోజనములేదు.

మాంసాహారము రుచియా ?

చ. క్రిమిసముదాయ సంకులము గేవలనింద్యము పూతిగంధి
హేయమును నిరామిషంబును ఖరాంగభవంబగునెమ్ము;
గుక్కదానమలుచు; జెంతనున్న సురనాథుని గన్గొని
సిగ్గుచెంద, దల్పమని నిజస్వభావము దలంపదునీచపుబ్రాణి
యెయ్యెడన్.

భర్తృహరి నీతిశతకము మూర్ఖపద్ధతి.

తా॥ పురుగులసమూహముచేత పొదువుకొనబడి చెడు కంపుకలిగి తననోటి చొంగవలన తడసి రోత గలిగించునదై, మాంసములేనిదై, యున్న గాడిదయెముకను కొరుకుచున్న కుక్క, ఉత్తమరుచులయందలి సంతోషమును పొంది, తన దగ్గఱనున్న దేవేంద్రుని సహితము జూచి లజ్జింపదు. ఇట్లే లోకములో నీచుడు తానుగ్రహించిన దాని తుచ్ఛత్వమును తలపోయదు.

పచ్చిమాంసమునకు స్వభావమైన సొగసుగాని, రుచిగాని లేదు. దానికిని మిశ్రమములు జేయబడుచున్న నేయి, నూనె మొదలగు తైలములవల్లను, మసాలాలనగయిరా దినుసులు మొదలగువాటి కలయికచేతను, సుగంధ పరిమళద్రవ్యాదులైన యాలకులు, దాల్చిని మొదలగువాటిని చేర్చి పక్వ

పరచి ఉప్పు, పులుసు, కారములవైచి రుచియగునట్లు దయారు జేసి మాంసాహారము రుచియని భావించుట కేవలము దెలివి తక్కువమైయున్నది. ఇచ్చటనే గమనించవలసిన ముఖ్య విషయము గలదు. మీరు భావించురుచియంతయు అందు సమ్మిళనజేసిన మసాలా వగైరా ద్రవ్యములకు సంబంధించినది గాని స్వతహాగా మాంసము యొక్క రుచిమాత్రము గానేరదని గుర్తించవలయుగాక! పచ్చిమాంసము నందైన రుచియని భావించి నమలగలరా? నూతిలోనికప్ప నూయియే ప్రపంచ మని తలంచునట్లు మాంసభక్షకులు దానినే పొగడుచున్నారు నాయనలారా! [illegible]కికివేళ్ళ పచ్చడికి రాజు యైశ్వర్యపడి గరిక వలస అగ్రహారమును ధారాదత్త మొసంగిన విషయమెరుం గరా? మాంసాహారి [illegible] బహుమానముల బొంద గలిగినదా? మొగలాయి [illegible] మాంసాహారుల యింగ్లీషువారి వంటవారలు ఒక్క [illegible] శ్రద్ధవహించి యందుజేర్చవలసిన దినుసులను సంపాదించి [illegible] మాగ తయారుజేయుట [illegible] కాయగూరల వండునపుడు మాత్రము తగినశ్రద్ధ వహించరు సరిగ పక్వపరుపజూడరు మాంసమునకున్న రుచి కాయగూరలకు లేదని భావించు చున్నారు [illegible] లకుబెట్టు తక్కువ ఖరీదునకు లభించు [illegible] తయారుజేయ [illegible] సిన విధప్రకారము [illegible] మొదలగు [illegible] గూరలు మాంసమునకంటె అధిక రుచివంతములగ నుండును. మా విడిదెయందు జక్కడి ఖాండిలి "జడి"యను పదార్థమును భక్షించిన యెడ నందించు

రెక్కలుగల పురుగులు టెంకయొక్క పైభాగముననేయున్న అమృతమువంటి తీపిరసమును గ్రహించజాలనట్లు మాంసాహారులు కాయగూరల రుచిని గ్రహింపలేకున్నారుగదా ? ఎంత విచారకరము !

ఆహారభేదములు గుణత్రయ వివరణము.

సృష్టియందలి జీవకోటులన్నిటికిని యుపభుజించు యాహారపదార్థ వస్తుగుణములనుబట్టి మనోవృత్తు లేర్పడుచున్నవి. అట్టి మనోవృత్తుల ననుసరించి స్వభావమును, భావానుసారమగు నడవడియు, నడవడినిబట్టి జాతియు, జాతిననుసరించి గౌరవమును, కలుగుట కవకాశముకల్గును. భుజించెడి ఆహారపదార్థములన్నియు జీర్ణించి రక్తముగ మారి ఆరక్తము శరీరమంతయు వ్యాపించి ఎముకలు మాంసము, మెదడు మొదలగువాటిని దృఢపరచి మానసికశక్తుల కలుగంజేయును; గావున మానవులు ఆహార విహారములలో కడుజాగరూకులై యుండవలెను. అట్టి మనోవికారములగు మార్పులనే సత్వరజస్తమోగుణములని పేర్కొనబడినవి. ఆహారభేదములను వాటిలక్షణములను యీక్రింద వివరించబడినది.

సత్వగుణము.

కందమూలములు, పాలు, పండ్లు, శాకాహారములు మొదలగు వాటిని భుజించు మానవులు సత్వగుణ ప్రధానులై

శుచి, శుభ్రము, దేహారోగ్యము, తేజస్సు, సూక్ష్మగ్రహణము, సర్వభూత సౌహార్ద్రభావము, యింద్రియ నిగ్రహము, నిర్మలమనస్సు, భూతదయ, భగవద్భక్తి, నిత్యానిత్య వస్తు వివేకజ్ఞానము మొదలగు పవిత్రగుణముల గలిగి యుండుటయే గాక భయము లేకుండుట, లోక వ్యవహారములందు పరుల విషయమై అసత్యము, మోసము, మాయ మొదలగునవి లేకుండుట ఆత్మజ్ఞానోపాయమెఱింగి నిష్ఠయందుండుట, తన శక్తికొలది యున్న వస్త్ర ద్రవ్యముల పాత్రతనెఱిగి నితరులకు దానంబొసంగుట, బాహ్యేంద్రియముల జయించుట, దేవ, పితృ, భూత, మనుష్యయజ్ఞముఁజేయుట, వేదాధ్యయనము, కాయిక, వాచిక, మానసికతపస్సు లొనర్చుట, సర్వదా న్యాయవర్తన గలిగి యితర ప్రాణుల హింసింపకుండుట, సత్యవాక్కు, పరులు తన కపకారము జేసినను క్రోధమును జెందకుండుట, అహంకార మమకార కామక్రోధాదుల విడచుట, చిత్తసమాధానము, ఇతరుల దోషముల ప్రకటన జేయకుండుట, ప్రాణులయందు దయ, మోహము గలిగించెడి వస్తువుల సమీపించినను వాటిని మోహింపకుండుట, మృదుత్వము అనగా క్రౌర్యము లేకుండుట, చేయదగని పని పొరబడి చేసినను అట్టిదానికి సిగ్గుజెందుట, ప్రయోజనములేని వాటి కొరకు వాక్కు, చేతులు, పాదముల నుపయోగింపకుండుట, తేజస్సుగలిగి యుండుట, దేహేంద్రియాదులు ప్రోత్సహించుచున్నను అట్టివాటిని నిరసించి వాదించి నిగ్రహించు

అంతఃకరణ విశేషమైన ధైర్యము కలిగియుండుట, మృజ్జలాదులచే బాహ్యదేహశుద్ధి కామక్రోధాది కాలుష్యరాహిత్యమైన అంతఃకరణశుద్ధి గలిగియుండుట, పరులను బాధించకుండుట, తాను పూజ్యుడననియు, యితరులచే మర్యాద జెందువాడననియు గర్వము లేకుండుట మొదలగు సద్గుణముల కలిగి పవిత్రజీవితముగలవారగుటచే దేవతలనియు, బ్రహ్మవేత్తలనియు, దైవాంశసంభూతులనియు, మానవోత్తములనియు వినుతినందుటయేగాక వారి యేకైకప్రభావమునన ప్రకాశించి సహనపరులై మనోబలము, మేధాశక్తి, కవిత్వము, పాండిత్యము మొదలగు అనంతశక్తులు గలిగి ప్రజానాయకులై మతగురువులని సర్వజనులవల్లను సేవింపబడుటయేగాక గుణాతీతులై పరమేశ్వరుని యందైక్యతనొందుటయో, గాక కించితు గుణలోపము సంభవించిన పరమోత్కృష్టమైన పవిత్రజన్మల నెత్తుటయో సంభవించువారుగ నుందురు. వీరు ఉత్తమపక్షమునకు జెందిన లోకపూజ్యులు. దైవబలసంపన్నులగుటచే వీరి కొకరి సహాయముగాని దేహపోషణాదుల కితరుల నాశ్రయించవలసిన దైన్యజీవనముగాని యుండదు.

రజోగుణము.

ఉప్పు, పులుసు, కారము, చేదు, తీపి, వగరుగల పదార్థముల భక్షించుటచేతను అట్టివాటిని విస్తారముగ జేర్చి మేళ

వించిన పదార్థముల నధికముగ భుజించుటవల్లను రాజస
గుణము లుద్భవించి రజోగుణముగలవారగుదురు. అట్టి రజో
గుణలక్షణము లెవ్వియనగాః—అతికఠినులునుగాక పరమ
సాత్వికులునుగాక నిలుకడలేని మనస్సుగలవారై యొకప్పుడు
సంసారవిరక్తి, మరొకతరి సంసారానురక్తి, ఒకప్పుడు లోకము
నందనురక్తి, మఱియొకచో లోకేశునియందు భక్తి, ఒకతరు
ణము నభక్తిపై దృష్టి, వేరొకతరి భుక్తికై ప్రాకులాట, ఒకసారి
భోగములపై విరక్తి, మరియొకచో భోగములకై వెదకులాట
యీ మొదలగు ద్వంద్వమనస్కులై నిశ్చయజ్ఞానము పొంద
జాలక దంభలోభక్రోధాసూయాది దుర్గుణంబులందవిలి యీ
కోరిక లిప్పుడు నాచేత పొందబడినవి. మరియు ఈకోరికల
మున్ముందు పొందగలను. గోవులు భూమి బంగారము మొద
లగు ధనము నాకుగలదు ఇంకా నాకు సంతోషము కలిగించు
ద్రవ్యముల మున్ముందు సంపాదింపగలను, ఈశత్రువులు
నాచేత జయింపబడిరి, మిగిలిన శత్రువులను మున్ముందు
జయించగలను, నేను ప్రభుడను, నన్నితరు లేమియు జేయ లేరు,
నేను సమస్తభోగముల ననుభవించువాడను, నేను తలచిన
పనులు నెరవేర్చుకొనగలను, నాకు సంతోషమునిచ్చు కొడు
కులు, మనుమలు, మునిమనుమలుగలవాడను, బలవంతుడను,
సుఖముగలవాడను, ధనవంతుడను మంచికులముగలవాడనై
యున్నాను. అన్నివిధములచేతను నాతో సమానుడు లేడు.

నన్ను పొగడువారికి ద్రవ్యమిచ్చెదను. సంతోషించగలను. అని దలంచుచు ద్రవ్యాశచే హీనులసహితము నాశ్రయించి బోధింపబడిగాని ధర్మము లరయనేరక సంఘబలమునగాని కానొక్క రుండై యేపనియు నిర్వహింపజాలక స్వప్రయోజన మాసించు మూర్ఖజాతివారిచే మాత్రము తరచు సేవింపబడు చుందురు. దారాపుత్రగేహదేహాదుల యందు మమత్వము నంజేసి ఆశాపాశములచే గట్టువడి సంసారచక్రమున గిరగిరం దిరుగుచు అనేకయోనులందు బుట్టుచు జచ్చుచు తుదకు నీచ జన్మల పాల్పడుచుందురు. వీరు మధ్యమతరగతికి జెందిన మానవులు. వీరికొకప్పుడు పూజింపబడుటయు తిరస్కరింపబడుటయు గూడ జరుగుచుండును. దైవబలము అల్పము. ధనాశచే యితరుల నాశ్రయించి జీవించుచుందురు.

తమోగుణము.

మత్స్యమాంసాదులను, కల్లు మొదలగు మత్తుపదార్ధములను, అపరిశుద్ధమై కంపుగొట్టు మలినపదార్థములను, చిరకాలము నిలువయుండి చూచుట కసహ్యమగు ఆహారాదులను వాడుటయును, మితము దప్పిదినుటచేతను తామసగుణము లభివృద్ధియై మనోవికారము గలిగించి యింద్రియాదులను రేకొట్టి విషయవాసనల గలిగించి వాటిని నెరవేర్చుకొన నాసజనించి ఓరిమి, శాంతము మొదలగు గుణములు నశించి క్రోధకాఠిన్యాదిత్తులై మంచి చెడుగుల గ్రహింపజాలకుందురు. తామసగుణముచే బుద్ధి మోటు జెందిన కారణమున సోదర

సోదరీలను తల్లిదండ్రులను దారాపుత్రులను గూడ హత్య లొనర్చుటకు వెనుదీయనంతటి అవివేకులై ప్రజాదండన రాజదండనలకు తరచు పాల్పడుటయే గాక ఉరిశిక్షలకు గూడ పాల్పడి దుఃఖింపుచుందురు. జాలియనునది మచ్చునకైన కానరాక తరచు కయ్యములకు కాలుదువ్వి యితరుల జంపుటయో లేక దామే పడయుటయో సంభవించుచుండును.

జిహ్వాచాపల్యముచే దానవకృత్యము లొనర్చి యితర సాధుజంతువులను ఆహారముకొరకు నిర్దయతో వధింతురు. ఆహార పానీయాదులలోగాని దేహవస్త్రాదులలో గాని శుచిత్వ మెరుంగక తమ గృహము లందును భోజనశాలలందును ఉమియుట మొదలగు నీచపనులం జేయుచుందురు. మాంసాది పదార్థములు సులభముగ జీర్ణముగాని గురుత్వ పదార్థములగుటచే పూర్తిగ జీర్ణింపక కుళ్లి ప్రేవులలో విషక్రిములబుట్టించి తరుచు అజీర్ణాదులవలన వాంతి, భేది, మశూచికాది వ్యాధులచే బీడింపబడుచు అకాలమృత్యువాతం బడుచుందురు. కరుణాశూన్యులగు నిట్టివారు బిడ్డలను బెంచినట్లు జంతుశానలను పెంచి వాటిని నమ్మించి తమయందు గాఢానురాగము గలిగి తమను ప్రేమించు నోరులేని దుష్టస్వభావశూన్యములైన జంతువులను నఱికి దినుటయో లేక యొండొంటికి వైరముల గలిగించి పోరు కల్పించి ప్రాణాపాయముల గలిగించి విలాసానందములతో వీక్షించి యానందింపుచుందురేగాని జాలిభావము మచ్చునకైన బొందకుందురు.

దయాశూన్యులగు నిట్టివారు కరువుదినములలో నితరులను బొట్ట కూటికిని కట్టువస్త్రములకును యాచించినను, పరుల ప్రేమను ఆకర్షింపజాలక తిరస్కరింపబడుచుందురు. మరియు జీవబలులు మొదలగు అకృత్యము లొనర్చుచు తామనుసరించినది ధర్మమే యని తలంచుచుందురు. ఐశ్వర్యము, విద్య, బందుగులు మొదలగునవి తమకు గలవనుగర్వంబును, తామే గొప్పవార మని తలంచి మహాత్ముల తిరస్కరించు దురహంకారమును, యితరుల కపకారము జేయునట్టిస్వభావమునకు హేతువగు నేక్రా ద్భవమగు వికారమే స్వభావముగాగల మనోవికారమగు క్రోధంబును యితరులను జూచి కఠినముగ బల్కుటయును, తాము సమస్తమైన గుణములతోడనుకూడియున్నట్లు భావించి తమ్మును దామే గౌరవించుకొనువారుగను, పెద్దల యెడ మర్యాద లేనివారుగను, మదము, అహంకారము, దర్పము పరస్త్రీవ్యామోహము, అకాలములో స్వస్త్రీని గవయుట, సన్మార్గములందుండెడి పెద్దలను జూచి ఓర్వజాలక, దోషకల్పనల జేసి ప్రకటించువారుగను, దా మందరికంటె శ్రేష్ఠుల మని ప్రకటనచేయుట యనెడి డంబము గలవారుగను, శాస్త్రోక్తక్రియల విడచి వారిష్టమువచ్చినట్లు కోరికలతో అసురపూజ లొనర్చు వారుగను, సత్పురుషులయందు ద్వేషము గలవారుగను, క్రూరస్వభావము గలవారుగను, ఎంతశ్రమపడినను నింపశక్యముగాని నాశ నవలంభించిదంభగర్వములతో గూడి మత్స

మాంసములు మొదలగు అశుచివస్తువులను భుజించుటయందే ఆసక్తిగలవారై అవివేకముచేత చెడువట్టుదలగలవారై, కామోపభోగమే పరమపురుషార్థ మని భావించి దురాశను కోపమును ముఖ్యాధారముగనాశ్రయించి విషయానుభవసంపూర్తి కొరకు అసత్య, లోభ, చౌర్య, దౌర్జన్య, మాయ, కలహ, కపట ద్యూత, పాన, ప్రాణిహింసాది కలుషకృత్యము లొనర్చుచును, చేయదగిన దిదియనియు చేయరాని దిదియనియు గ్రహింపజాలక బుద్ధిహీనులై స్త్రీపురుషసంయోగమాత్రమున సృష్టిజరుగుచుండుననియు కామోపశమనమే ముఖ్యపరమావధి యనియు వేదశాస్త్రప్రమాణము లబద్ధ మనియు దైవమే లేడనియు మొదలగు అసత్యప్రచారము లొనర్చి హింసాకృత్యము లజేయుచు జగత్తునకు శత్రువులై ప్రపంచనాశకులై గ్రుమ్మరుచుందురు.

ఇట్టివారిరూపములు భయంకరముగను అసహ్యముగను యుండును. మరియు వీరిబుద్ధి మోటుబారియుండుటచే సంగీతమాధుర్యము, వేదపురాణశాస్త్రముల నీతిబోధ కవీశ్వరుల కవితామాధుర్యము, సాధుజంతువులయెడ కృప లేనివారుగ నుండుటయేగాక బోధింపబడియు గ్రహింపనేరనివారుగ నుందురు. ఇట్టివారికి సంఘబలమున్నను నెద్దానినిగూడ సాధింపజాలరు. వీరికి మృగాదులు మాత్రము సేవచేయుచుండును. ఇట్టివారలు అసురభావము గలవారగుటచే దైవభక్తిశూన్యులై నీచయోనులందు శునకవ్యాఘ్రసూకరసర్పవృశ్చికాది జన్మ

లనో, లేక పాషాణవృక్షాదిజడస్వరూపులుగనో బుట్టుదు రని భగవద్గీతాది పవిత్రగ్రంథములు నొక్కి జెప్పుచున్నవి. కావున యో సుజనులారా! పై మూడింటియందును ఏగుణముల నాశ్రయించిన బాగుండునో బాగుగా యోజించుకొనుడు.

వీర లధమతరగతికి జెందినదానవులనియు నీచమానవులనియు పిలువబడుదురు. వీరికి పూజితము శూన్యము. ఎంత ప్రయత్నించినను తిరస్కరింపబడుటయే వీరికి గత్యంతరము. దానవస్వరూపులగుటచే దైవబలము శూన్యము. కాయకష్టమున గాని శరీరపోషణ జరుగదు.

ముఖ్యగమనిక:—మిశ్రమాహారభుక్కులు మిశ్రమగుణములు గలిగియుందురు గతజన్మవాసనలు గూడ గ్రహింపవలసియుండును. అనగా గతజన్మయందు సజ్జనుడైయుండి యీజన్మమున నీచాహార మొనర్చువారియందు పూర్వజన్మవాసన ననుసరించి కొన్నిసద్గుణములు కనిపించుట కవకాశయు కలదు. ఇట్లేయూహించుకొనవలయును. మొత్తముమీద ఆహారభేదములవలన సద్గుణదుర్గుణములు కల్గుట కవకాశము మెండుగా గలదు.

క్రయమాంస భక్షణ ముచితమా ?

శ్లో॥ అనుమంతా విశసితా నిహంతా క్రయవిక్రయీ
సంస్కర్తాచోప హర్తాచ ఖాదకశ్చేతి ఘాతుకాః॥

మనుస్మృతి అ 5. శ్లో 51.

తా. 1. ప్రాణులను వధించుటలో సంతోషముగలవాడును, 2. వధించుట కాజ్ఞాపించువాడును, 3. వధించువాడును, 4. అమ్మువాడును, 5. కొనువాడును 6. ఛేదించువాడును 7. వండువాడును, 8. తినువాడును యీయెనమండ్రును ఘాతుకులలో చేరినవారని మనువచనము.

పై శ్లోకార్థమునుబట్టి ఖరీదునిచ్చి మాంసమునుకొని భుజించుటచే హింసాపాపములేదని తలంచుట మిక్కిలి తప్పు అభిప్రాయమని స్పష్టపడుచున్నది. ధనము నొసగికొనెడివారు లేనిచో గసాయివాడావృత్తినుండి తక్షణమే విరమించును. కావున కొనెడివారే హింసకు కారకులగుచున్నారు. చౌర్యవృత్తియందు చోరులకు సహాయపడువారందరును రాజదండనార్హులైనట్లే విక్రయ మాంసభక్షకులుఁగూడ హింసాపాపములకు భాగస్వాములగుచున్నారు. క్రయమాంసభక్షణము కేవలము ధనమునిచ్చి విషము గొనుట వంటిది. కనుక విపరీతవాదముల జేయక మనదేశమున గల కసాయిదుకాణములనన్నిటిని రూపుమాయునట్లుజేసి వెంటనే శ్రీపరమేశ్వరచరణపద్మముల నర్చింప పూజార్హములగు సుగంధ పరిమళ కుసుమ విక్రయశాలలగునట్లుజేసి తరింపుదురుగాక. కసాయివృత్తిని నీచమని వచింతురు. అట్టి వృత్తిని ప్రోత్సహించు మాంసాహారు లెవరు? నీచులు గాదా? మాంసమును "నీచు" అని యందురు. అట్టి నీచును దినువా రెవ రగుదురు? రక్తము, మాంసము, ఎముకలు మొద

లగునవియుండు ప్రదేశములు అసహ్యముగ జూపట్టును. పూవులు, కాయలు, పండ్లు మొదలగునవి గల స్థలములు మనస్సునకు యింపుకలిగించును. కావున సుజనులారా! భూత దయ గలిగి మాంసవర్జితులుకండు! కట్టెలతో కాష్టముమర్చి శ్మశానమున దహించుటయో లేక భూమియందు గోయిదీసి పూడ్పించుటయో మొదలగు మరణాంతరక్రియలొనర్పవలసిన జంతు మృతకళేబర మాంసఖండములను బిడ్డలను కని పెంచు దయాభావ మెరుంగు మానవులయ్యు కుక్షులను స్మశాన భూములుగజేసి క్రూరత్వమనెడి కట్టెలతో జఠరాగ్నియనెడి చిచ్చును ముట్టించి దహింప జూచుట మానవకృత్యమా? దానవకృత్యమా? ఆహా! ఎంతయాశ్చర్యము!

క్రూరజంతువులు వధార్హములా?

శ్లో॥ నాకృత్వాప్రాణినాం హింసాం మాంస ముత్పద్యతే
క్వచిత్ నచ ప్రాణివధస్స్వర్గ్య స్తస్మాన్మాంసం
వివర్జయేత్.

మను. అ 5. శ్లో 48.

తా. ప్రాణిహింసజేయక మాంసము లభించదు. ప్రాణి హింస స్వర్గప్రదముకాదు. కావున శాస్త్రవిధి లేని మాంస భక్షణము విడువ వలయును.

అహింసావిషయము చర్చించునప్పుడు ఘాతుకజంతువులను చంపతగునా? లేదా? యను సందేహము పలువురికి

బొడగట్టును. బాగుగనాలోచించినయెడల దీనిని గ్రహించుట మిక్కిలి సులభమనియే చదువరు లూహింపగలరు. ఆత్మసంరక్షణార్థము తనను హింసింపవచ్చిన పరులే వధార్హులైయుండ ఘాతుకమృగములగూర్చి ఆలోచన ఎందులకు! సాధుజీవులకు హాని కలిగింపవచ్చెడి నెవ్వానినైనను వధింపవచ్చును. షోడశకళా ప్రపూర్ణుడైన శ్రీరామచంద్రుడు విభీషణునికి శరణిచ్చుటయు, దుర్జనుడైన రావణుని సంహరించుటయు నిదర్శనము గాదా! శిష్టుడైన ప్రహ్లాదుని గాపాడి దుష్టుడగు హిరణ్యకశిపుని దునుముట ప్రబలాదర్శము గాజాలదా! నిత్య శివపూజాదురంధరుడగు రావణుని దునుముటకు వానియందలి క్రూరత్వమే కారణము. అట్లే విభీషణాదుల గాపాడుటకు వారియందలి సాధుత్వములు గమనించబడెను. అయితే దేశసంరక్షణ విషయములో నఖండ సామ్రాజ్యపరిపాలనభారము వహింపు రాజన్యులు ప్రజాసౌకర్యావసరమునకై అడవి మృగముల వేటాడు పద్ధతిని మాత్రము రాజాజ్ఞలేక యితరు లనుసరింప రాదు. ఏలనన ఒకానొక హత్యానేరమొనర్చువానిని రాజు విచారించి శిక్షింపవలయును గాని, సామాన్యమానవులు వానిని బట్టి నరిదీయుధర్మమగునా? కావున వేటపద్ధతి సామాన్యు లనుసరింప రాదనియు దుష్టజంతువులను సహితము అనవసర జోర్యముచే జంపగూడదనియు, తమకు హానికలిగింపవచ్చినప్పుడు హింసించినదోషము జెందరనియు, సాధుజీవుల నెన్నటికిని జంపరాదనియు, గ్రహించుదురుగాక!

వివిధహింసలు

శ్లో. అహింసాపరమోధర్మ । స్త్వధర్మః ప్రాణినాం వధః॥

తా. అహింసకు మించినధర్మము హింసకు మించిన పాపము మరియొకటిలేదు.

వ్యవసాయాదిపరిశ్రమలలో పశువులను కాలపరిమితి లేకుండ పనిచేయించుట, యీడ్వలేనిబరువులను లాగించిముల్లు కఱ్ఱలతో పొడచుట, కొరడాలతో గొట్టుట, కొంతకాలము రక్తమాంసశల్యముల ధారవోసి సేవచేసినపశువులకు జబ్బులు ముసలితనము వచ్చునప్పుడు విశ్వాసరహితులై కసాయివాండ్ర కమ్మివేయుట, కోళ్ళు, పందులు మొదలగువాటిని తలక్రిందుగ వేలవైచి తీసుకుపోవుట, జంతువులను, పక్షులను బోనుల లోను, పంజరములలోను బెట్టి వాటిస్వేచ్ఛాభివృద్ధుల నరి కట్టుట, గుఱ్ఱములు మొదలగువాటిచే సర్కసులలో స్వార్థము కొఱకు కష్టతరమైన పనుల జేయించుట, ఆహారము, మతము దేవతలు వేడుకలు, వేటలు, శాస్త్రపరిశోధనలు, వైద్యము, చట్టములపేరున జంతువుల జంపుట, గుఱ్ఱములను బండ్లకు గట్టి మర్మస్థలములయందు రక్తములు కారునట్లు బాదుట, మోయలేని బరువుల మోయించుట, అమితముగా పరుగు లెత్తించుట, జంతువులకు వేళపట్టున నీరు, గడ్డి వగైరా ఆహారముల వేయక బాధించుట, లేగలను పాలు గుడువనీయక ఆకలిచే జచ్చునట్లుజేయుట మొదలగునవన్నియు ఘోరహింసం

లనియు యందులకు కారకులగువారెల్లరును రౌరవ, మహా రౌరవ, అంధతామిస్ర, కుంభీపాక, భీకర మహానరకము లను భవింతురని పురాణాదులు చెప్పుచున్నందున జనులారా! బహుజాగరూకులై ప్రవర్తింపవలయును.

జంగమస్థావర భేదవివరణము.

ఉ. ప్రాణను రాతనుం గలదె మాంసము ప్రాణులమేనగాక
యమ్మేనులనొంచునప్డు తమ మేనులసోకిన మాత్రనట్లగున్
దానితలంపగావలదె తానదిమానిన హింసలన్నియున్
మానవె యందునుత్తముడుమాంసముమానుదయార్ద్ర
చిత్తుడై (మహాభారతం)

తా. మాంసము ప్రాణుల దేహమునుండిగాక రాతినుం డియు, చెట్లనుండియు పొందగలమా? మాంసముకొఱకు ప్రాణుల దేహములను నరకునప్పు డాకత్తినేటు తనదేహమునకు తగిలిన ఎట్లుండునో గ్రహింపరాదా! తానది మానినచో హింసలన్నియు తొలగును. దీనిగ్రహించి యుత్తముడగు వాడు దయతో మాంసము వర్జించును.

జిహ్వాచాపల్యముచే మాంసమును విడువజాలని మన లోగొందరు దా చెడిపోతి వనమంతయు జెకచెనను సామ్య ముగ వృక్షాదులుమాత్రము జంతుజాలములవలె జీవులుగావా?

వాటిని హింసించుటమాత్రము హింసగాదా? యని వాదించు చుందురు. సందేహము నివారించుకొనుటకై ప్రశ్నించినచో సమంజసమే యగును. కాని తమకు మాంసమునందుగల అనురాగము నభివృద్ధిపరచుకొనుటకు ప్రశ్నించి, జవాబీయదలచు వారిని నోడింప నుద్దేశించినయెడల యిట్టివాదకుల ధర్మమా యని దేశము, కులము, మతము, వ్యక్తిగతముగ దానిన తుదకు దన్ననుసరించువారునుగూడ భ్రష్టులగుదురు. ఏదైన మానవునియూహకుగాని దృష్టిగోచరమునకుగాని దుర్లభమైన వాటిని నిర్ధారణజేయుటకు వేదమాతయే ప్రామాణ్యము. శాస్త్రములే యాధారము. యుక్తి, శాస్త్రము, అనుభవము అను నీమూడింటి సారాంశమే ధర్మనిర్ణయంబని పెద్ద లంగీకరింతురు. అట్లుజేయక యుక్తికిని, అనుభవమునకును, గౌరవమిచ్చినయెడల, కొందరుపాపాత్ములు వారి యుక్త్యనుభవములనుబట్టి అవయవనిర్మాణ సమానత్వమును జూపి భార్యయందుజూపిన కామాదివికారరూపమైనప్రేమ సోదరియందేల దలంపరాదని ప్రశ్నించిన జవాబేమిగలదు? ఓయి మూఢుడా! వేదశాస్త్రాంగీకారముగాదనిమాత్రము చెప్పవలసి వచ్చునుగాని వేరుగత్యంతరము లేదు, తత్కాలమలిన సుఖానందమున కాశించి కామాంధులు బోధించెడి పరాంగనా సంగమప్రబోధప్రాశస్త్య మంగీకార యోగ్యమా? జగంబంతయు నంధకారమయంబని పలుకు అంధాలాపముల విన సేర్తుమా? దానమువలన ధనము జెడునని లుబ్ధుండు జేయు

ప్రచారమంగీకరింతుమా? అమృతము దైవసృష్టియని ద్రావిన విధమున విషమును దిననేర్తుమా? యుక్తినిబట్టియు అనుభవమును బట్టియు మనకు యోగ్యములని దోచినను వేదశాస్త్ర నిర్ణయములఁ జూచి బాగోగులు నిర్ణయింపవలసి యుండును.

జంతువులకును వృక్షములకును భేదము లేదని భావించు వారలను సవినయముగ నొక్క విషయముమాత్రము అడిగి తెలిసికొనవలసియున్నది. అదేమనగా పల్లివనితలు జచ్చినచేప దేహములను బుట్టలయందిడి నెత్తిపై బెట్టుకొని మన సమీపమునుండి బోవునప్పుడు యాజచ్చినచేప కళేబరములనుండి గుప్పుగుప్పున గొట్టుచుండెడి దుర్వాసనలను దన స్వదేహమునుండి పైకివచ్చిన చమటవాసన భరింపజాలని సున్నితమైన ముక్కురంధ్రముల గలిగినమానవుడయ్యు ఎట్లు భరించి తుదకు ప్రాణతుల్యమైన ధనమును గుమ్మరించి కొని రుచియని యారగింపుచుండిరో! చెప్పగలరా? లేక ముక్కురంధ్రములు ఘ్రాణశక్తిని గోల్పోయి మోటుజెందినవా? అట్లైన ఘ్రాణశక్తితోబాటు బుద్ధిగూడ మోటుజెంది గ్రాహణశక్తిగూడ లోపించలేదుగదా? అట్టివారినిమాత్రము తృప్తినొందింపగలనేర్పుగాని, భాషగాని, కవిత్వముగాని, లిపిగాని, శాస్త్రముగాని లభించుట దుర్లభము. జాగ్రత్తగ విచారించి మానవబుద్ధిని దుర్వినియోగపరచకుందురేని తారతమ్యములు గోచరించును. అచేతనములగు వృక్షములు, భూవికారములు, భూవికారములకు యత్నాదులు కలుగనేరవు. భూవికారములు అచేతనములనగువాటికి సుఖదుఃఖ హేతుత్వము కలుగనేరదు. చెట్లలో జీవమున్నదికాని జడత్వముగలవి. అన్నమయ ప్రాణమయ

కోశములున్నను యూహింపగల మనస్సు విచారింపగలబుద్ధి
వ్యామోహము జెందు చిత్తము దన్ను అభిమానించు అహం
కారము ఉన్నట్లు బొడగాంచము. కర్మేంద్రియజ్ఞానేంద్రియ
ములు లేవు. ఇంద్రియశూన్యములగు వాటికి సుఖదుఃఖము
లుండజాలవు. జంతువుల కవన్నియు యుండుటవలన కదలుట,
భార్యాభర్తల వ్యామోహము, పిల్లలయందు అనురాగము,
యజమానుల ఆజ్ఞలనుగ్రహించు గ్రహణశక్తి మొదలగు మాన
వానుకరణములగులక్షణములు కలిగియున్నవి. జంతువులుభయ
ము జెందుట మొదలగు లక్షణములకలిగి తమకు సంభవించు
హానిని ముందుగనే గ్రహించునవనియును, ఇట్ల కాజ్ఞానము లేద
నియు మనోబుద్ధి చిత్తహంకారములు బహుఅల్పస్థితి నొంది
యుండుననియు, జంతువులయందవి బాగుగ వృద్ధిబొందిన
వనియు జగదీశచంద్రబోసు (ప్రకృతిశాస్త్రతత్వవేత్త) గా
రభిప్రాయపడి పై ప్రశ్నను తీవ్రముగ ఖండించియున్నారు. ఒక
రోగికి శస్త్రచికిత్సజేయునపుడు వైద్యుడాతనికి మత్తుమందు
ప్రయోగించును. అందువలన నారోగి శస్త్రక్రియవలన బాధ
నొందడు. అప్పుడాతనిలో ప్రాణము మాత్రముండి మనస్సు
పనిచేయనట్లే వృక్షాదుల జీవశక్తియు తదనుగుణ్యము గలవని
ఎంచవలసియున్నది.

రక్తమాంస శల్యములుకానరాని జడస్వరూపములకు
భేదించిన బాధకలుగజాలదు. దేహములను పురస్కరించుకొని
రోమములు, గోళ్లు మొదలగునవి పెరుగునట్లును, కొన్ని జంతు
వులకు శిరములపై కొమ్ములు మొదలగునవి ఎదుగునట్లును

వృక్షాదులు భూమినాశ్రయించి పెరుగుచున్నవి. రోమములను, నఖములను, పశుశృంగములను ఖండించిన నొప్పికలుగనట్లే వృక్షాదులుగూడ యట్టివిధానావస్థగలవనియే భావింపనగును. చెట్లను ఖండించిన తిరిగి చిగుర్చును. జంతుమానవులట్లు బ్రతుకజాలరు. దుంపజాతులను చిన్నముక్కలుగ ఖండించినను మొలకెత్తును. జంతువులను ఖండించినచో జచ్చును.

జంతుమానవాదులు స్త్రీపురుషసంయోగజనిత శుక్ర శోణితముల కలయికవలన బుట్టుచున్నారు. వృక్షాదులు ఎంత కాలమునుండి నిలువయున్న బీజమైనను దనంతన మొలకెత్తును. భగవంతుడు దన అవతారప్రభావముల ప్రదర్శించుటలో జలచరములయందు మత్స్యకూర్మమై భూచరములలో వరాహమై నరజంతు అల్పవ్యత్యాస సూదితమగు నరసింహరూపుడై మానవాదులలో రామకృష్ణాద్యవతారముల మాత్రము దాల్చి పాషాణవృక్షాదులలో దన అవతారప్రభావముల ప్రదర్శింపకుండుటనుబట్టి వ్యత్యాస మూహింపవలసియున్నది. అనగా పాషాణవృక్షాదులు పవిత్రమైన దైవశక్తిని ప్రతిఫలింపజేయజాలని జడస్వరూపములై యున్నవి. ఏది ఎట్లున్నను జగముల సృష్టించిన ప్రభువు ఆ యాజీవుల కాయా యాహారములను, వేదప్రమాణములచేనిర్ణయించుటలో క్రూర జంతువులకు మాంసాహారమును సాధుజీవులకు శాకాహారములును ప్రకృతిసిద్ధమైనందున శాకముల నుపయోగించిన

యెడల మానవులు కీడొందనేరరు. భగవదాజ్ఞ ననుసరించుట సుఖప్రదము. తద్వ్యతిరేకము దుఃఖసంభవము.

అహింసోద్ధరణ పాత్రనిర్ణయము.

సుజనులారా! పరమేశ్వరభక్తులారా! మతము, సంఘము, పూర్వాచార మనుపేరున జరుగుచున్న హింసలు, మాంసాహారమద్యపానదురభ్యాసములు దేశమున మితిమీరుచున్నవి. ఈ అహింసాతత్వప్రచారమువలన ప్రపంచశాంతి నెలకొనగల దనుయాశతో ప్రచారమునకై పూనుకొను పవిత్రోద్దేశ్యమున కెల్లరును తోడ్పడుట ముఖ్యవిధియై యున్నది. మనలో కొందరికి కలిధర్మమో యనునట్లు ధర్మప్రచారము జేయవచ్చిన ప్రచారకులను హేళనజేయుటయు, యిట్టి యుద్యమములు కొనసాగునా? యనియు, మీరు సరియైన అహింసాతత్వమార్గమున కాయక వాచక మానసికహింసల వర్జించిరా? యనియు, స్వార్థత్యాగు లగుదురా? యనియు, డంబమునకై గౌరవముకొరకు ప్రచారము జేయు మీమాటలు ఆచరణయోగ్యములు గావనియు ప్రశ్నించి నిరుత్సాహపరచి ఉద్యమముల నభివృద్ధికి రానీయక అడ్డుతగులువారు గొందరున్నారనిన అతిశయోక్తిగానేరదు. పూర్వయుగములలో సత్కార్యములకు రాక్షసులు అడ్డుతగులువా రనెడి పురాణగాథలు

పెక్కులు గలవు. 'శ్రేయాంసి బహువిఘ్నాని' యను ఆర్య వచనము గూడ గలదు. 'సాధనమున పనులు సమకూరు ధరలోన' అను వేమననీతినిబట్టి ప్రయత్నించినచో ఉద్యమసాఫల్యమొందుననియు. వాచక మానసికహింసల వర్జించినను వర్జింపకున్నను కాయకహింస మానినపిదపగాని తక్కుంగల హింసలు వర్జింపబడవనియు, ఒకానొకడు పరస్త్రీని జూచి మానసికముగ భ్రమించినను. కాయకముగ బలాత్కరింపనిచో యాస్త్రీకిగాని వానికి గాని నైహికముగ కీడు గలుగజాలదనియు, తలిదండ్రులకు కూడుబెట్టక వాచకమానసికములలో దృప్తులుకావలెనని విలపించిన ప్రయోజనము లేనట్లే బాహ్యహింసల మానగాని మానసికహింసలు నశించవనెడియాశ జనించుటయే గాక లోకములో యిప్పుడాదరింపబడి యభివృద్ధినందుచున్న రహితుసంఘములు గ్రామోద్యోగీయసంఘములు, ఉపాధ్యాయసంఘములు, రాజకీయసంఘములు, వర్తకసంఘములు, పత్రికాసంఘములు, పరపతిసంఘములు, నాట్యకళాసంఘములు సినిమా సంఘములు, కూలీసంఘములు, జమీందారీసంఘములు బ్రాహ్మణ, బ్రాహ్మణేతర, క్షత్రియ, వైశ్య, కాపు కమ్మ రెడ్డి వెలమ, శెట్టిబలిజ, పంచమసోదర మొదలగు స్వార్థపరులతో గూడినసంఘము లెన్నియో యభివృద్ధి గాంచుచుండ మత్స్యమాంసనీచభుక్తముల మానుడనియు జూదచౌర్యాది దుర్వృత్తుల వదలుడనియు బోధించుటకే మాత్రము స్వార్థత్యాగులు కావలయునా? యనియు యూహించువారికి దోచకమానదు.

ఇక డంబగౌరవముల గూర్చి విచారింతము. పైసంఘములవారికి జరుగు మన్ననలు, మర్యాదలు, ఆహ్వానపత్రములు, ఊరేగింపు టుత్సవములు, కర్పూరహారతులు, సన్మానపత్రములు, మోటారుయానములు, ఫొటోకల్లోలములు, పూలదండ్ల అడావిడులు, నృత్యగీతవాయిత్యఘోషములు, పత్రికాప్రచురణములు, మొదలగు ఐహికగౌరవానందార్భాటములు యీమద్యమాంస నిషేధప్రచారకు లాశింపరని నమ్మవలసియున్నది. ఏమందురా ? ఇది కులతత్వసమస్యగాదు; వైరముల పురికొల్పి ఒకపార్టీవారిచే టీపార్టీల గుడుచుటకు ! ఇది ఎలెక్షన్ మదహంకారపిశాచముగాదు, ఆత్మస్తుతులొనర్చుకొని రాజాధిరాజుల నొడిలో గూర్చుండనుంకించుటకు జస్టిస్ వైఖరిగాదు. పెద్దయుద్యోగుల ప్రాపుగాంచి అధికారపదవులసంపాదించుటకు తేట-పాట-సీటుగోటులంజూపి సొంపువెంపురయొయారముల ప్రజానీకములమనంబులాకర్షించు నటనాకౌశలముగాదు. పత్రికాముఖముల నలంకరించుటకు యిది ధనసమస్యగాదు శకటాశ్వగజవాహనారూఢులై ఊరేగింపబడుటకు. ఆదిమధ్యాంతములు లేక తల్లిగాని, తండ్రిగాని, పోషకులుగాని, సహాయకులు గాని లేని ధనశూన్యమైన నిరాధారసమస్య. గౌరవమువిడచి గాలిలో గంతులు, త్రాగుబోతులతో తంతులు నీచభక్తులతో వాదము, జూదగాండ్రతో

విద్యాయము, కర్షకోశులతో వధ్యాము, కసాయివాండ్రతో
కయ్యాము మొదలగు వింతవింతలతో కత్తిమీదసాముచేసి
పనులనుంకించు ఈ మద్యపానమాంసాహార దురభ్యాస
విరోధకులారా! స్వార్థపరత ! లేదు ! లేదు ముమ్మాటికిని లేదు !
మొరతప్పితే నోరులేని మూగజీవులు, అవయవములులేని
ఈతతాడికొబ్బరివృక్షములునా! వీరి నాశ్యోనింది గౌరవించు
నది ! బాగుగ యోజింపుము ! ధర్మమాకుటంబైనకలధర్మసమన్వ
యమగు ఈపవిత్రోద్యమమునకు భూతదయాపరులగుధనవంతు
లెల్లరును తగుసహాయ మొనర్చి ఆలుబిడ్డలతో జన్మాంతర సం
స్కార పుణ్యపరిపాకలేశమున గలిగిన భూతదయావేశముతో
ప్రచార మొనర్చు పవిత్రప్రచారకులను బోషింపవలయు ననియే
ధర్మనిర్ణయము ! ధనముగలిగి దానముచేయనివారిని, బీదవై
దేశదైవసేవలొనర్పనివారిని, పీకకు ఇనుపగుదియగట్టి సముద్ర
మధ్యమున దింపవలయుననియు అట్టివారు భూమికిభారమనియు
శాస్త్రములు ఘోషింపుచున్నవి. ప్రజలాచరింపవలిందు లేదా
నిరాకరింపనిందు. ధర్మమెరింగినపిదప ప్రచారము సేయకుం
డుటమాత్రము సత్పురుషలక్షణముగాదు. ఈ పవిత్రోద్యమ
తత్వరహస్యములతో గూడినపుస్తకములు, కరపత్రములు, పత్రి
కాప్రకటనలుయనెడి పుష్కలావర్తమేఘముల బరగించి దయా
రసవర్షముకురిపించినంతనె ధర్మజిజ్ఞాసపరులను దాతలనెడి కల్ప
వృక్షములు సద్వినియోగోత్సాహానందముతో విజృంభించి

తపీశ్వరులనెడి పుష్పములవికసింపజేసి గాయకులనెడి ఫలములచే అహింసా పరమో ధర్మః యనుశ్రుతివాక్యములబాడించి భారత దయామృత రసమును పానముచేయించెదరుగాక ! చైనాదేశములో నల్లమందు దురభ్యాసనిర్మూలనమునకు ఏ యోగిపూనుకొన్నాడు ? దేశీయులారా ! రండు. ఈ యుద్యమమునకు దోడ్పడ ధనవంతులు, దరిద్రులు, స్వార్థపరులు, త్యాగులు, రోగులు, భోగులు, ఉత్తములు, నీచులు, కవులు, గాయకులు, వేయేల పకీరుమొదలు పాదుషావరకు గలవ్యక్తులెల్లరు సర్హాలేయనివిదితమగుచున్నవి. కావున హింసాపిశాచమును రూపుమాపుటకు జాతి మత వివక్షతగాని, స్త్రీ పురుష భేదముగాని, బాలవృద్ధ తారతమ్యముగాని, గమనింపక యావన్మందియు అగ్రు లేయని స్పష్టపడుచున్నది.

ఆత్మఘాతకు లెవ్వరు ?

మరికొందరు విచిత్రవాదకులు ఆత్మకు చావులేదనియు అందువలన జంతువులను జంపిన దోషము సంభవింపదనియు హింసాకృత్యములనుండి విరమింప నుద్దేశించు పవిత్రులను దిరిగి పురికొల్పుచున్నారు ఆహా! ఎంత వింతయైన నీతిబోధయో సజ్జనులు బాగుగ యోజింపుడు! అట్లైన తన ఆలుబిడ్డలలో నెవరినైన ఆత్మకు జావులేదను నెపముపై యితరులు జం

నుంకించుచో అట్టివాని నంగీకరించి యూరకుందురా? కావున వీరి నీతిబోధ పరులకాచరణయోగ్యముగాదని స్పష్టపడుచున్నది. అనేకజన్మలనుండి సంస్కరింపబడి దైవానుగ్రహమున భగవంతునిలో లీనమగుటకు సామీప్యమైన నిర్మలత నొందజాలు మానవజన్మమెత్తియు అజ్ఞాన తామసాంధకార బంధురమున కూలద్రోసి చిత్తమాలిన్యము నొందించు మాంసాహార మధుపానము లంగీకరించి నిర్మలాత్మను మాలిన్యమొందించి అజ్ఞానావరణయందు కూలద్రోసి నీచజన్మ సంప్రాప్తము నొందనుంకించువారు ఆత్మఘాతకులని వేదాదులు జెప్పుచున్నవి. అనగా తమ్ముదాము జంపుకొనువారని యర్థము.

హింసా పాపములు.

శ్లో॥ మాంసభక్షైః సురాపానై ర్మూర్ఖై శ్చాక్షరవర్జితైః
పశుభిః పురుషాకారై ర్భారాక్రాంతా స్తిమేదినీ॥

తా. మాంసభక్షకులు, మధుపానప్రియులు, మూర్ఖులు, విద్యావిహీనులు మొదలగు మనుజపశువులను భూదేవి మోయుటకు సహింపకున్నది. శ్లో॥ ప్రాణిహింస నరాణాంతు కల్పకోటిశతమ్మనే తత్ర తైలకటాహేషు గాఢంబధ్యాపద

ద్వేషం. ప్రాణిహింసయొనర్చు క్రూరులను యమలోకములో తైలము బాగుగా గాచిన పెనమునందు రెండు పాదములను దృఢముగాగట్టి కల్పకోటిశతములవరకు యమదూతలు బాధింతురు అని చెప్పబడియుండుటచే జీవహింస సర్వజనవర్జనీయము. మరియు, "మాంసాశీ నిశాచరః" అనగా మాంసముదినువారు మనుష్యరూపములోనున్న రా క్ష సు ల ని నారాయణస్మృతి చెప్పుచున్నది. అదియునుంగాక మాం=నన్ను ఎవరు నములుదురో, సః=వారిని తిరిగి నములుదును అని మాంసపదమునకర్థము. ఇతరుల ద్రవ్యము నపహరించియు దిరిగి యీయగలము. లేదా వారే దిరిగి సంపాదింపగలరు గాని దేహములనుండి శిరములవేరుజేసితిరుగ బ్రతికించగలమా? యట్టివృత్తిసమ్మతించి గొంతుకోయుటగాదా? గావునసహోదరమానవులారా వెంటనే కర్ణకఠోరములగు హింసావృత్తినుండి విరమింపుడు. హింస మానినయెడల శాంత మలవడును. శాంతమువలన వివేకము గలుగును. వివేకముచే నిత్య సత్య వస్తువునం దాశక్తిపొడమును. దానివలన భక్తియు, అందువంజేసి ముక్తియు లభించును. కావున మానవకోటిలోని జాతి మత పురుష వర్ణభేదములతో నిమిత్తములేక యావన్మందియు యీ యుద్యమాభివృద్ధికి పాటుపడుట కనీసధర్మమని గుర్తించుదురుగాక! హిం=అనగా హింసకు, దూ=అనగా దూరముగ నుండువారు హిందువులని గ్రహించి మత మర్యాదను గాపాడుదురుగాక!

తు ది ప లు కు.

మానవసోదరులారా !

ఈయుద్యమమునుగూర్చి మీకు బోధింపవచ్చిన వారిపై నెట్టికోపమును జెందరాదు. మీరు జాగ్రతగ పరిశీలించి జూచినచో మీకు సమస్త ఐశ్వర్యమును ధారవోసిన మీ బంధుమిత్రాదులకంటెను వీరు మీకు అధికపూజ్యులని నమ్మెదరు. మీధనము, ఆరోగ్యము, అన్నిటికిని మించిన బుద్ధిబలమును నశింపుజేయుచున్న నీచభుక్తముల మానుడని బోధించిన పుణ్యాత్ములు మీ కన్నివిధముల బూజ్యులే కదా ! బోధకుల యొక్క సుగుణసంపత్తి గాని, స్వార్థపరత్వములు గాని మీరు పరిశీలింపవలసిన అవసరము లేదు. ఏలనన రైలుబండ్లలో దొంగలున్నారు జాగ్రత యనియు, ఆస్పత్రులలో విషములు ముట్టరాదనియు, విద్యుత్ పవరు హౌసులవద్ద అపాయము తాక రాదనియు వ్రాయబడియుండు వ్రాతలు ఎట్టివారు వ్రాసినను అనుమానింపక ఎట్లు ప్రజలవలన అనుసరింపబడవలసియున్నదో అట్లే యీ మద్యమాంసాహారముల విడువవలెనని ఎట్టివారు బోధించినను విని యాచరించవలసినదే గాని ఉపేక్షించినచో అనేకకీడులు సంభవింప గలవు. ఇక కొందరు అభిమానవతియగు భార్యకు కోపము వచ్చుననియు, పుత్రులు బెంగటిల్లుదురనియు, బంధుగులు యాక్షేపింతురనియు మాంసము విడవజాల కుందురు. సర్వవిధముల

అరిష్టదాయకమైన మాంసమును గృహయజమాని ముందు విసర్జించి, పాఠశాలకు పోనొల్లక అల్లరచిల్లరగ తిరుగు బాలుని శ్రేయముగోరు తండ్రి మందలించునట్లే కుటుంబశ్రేయమును గోరు యజమానులందరును యింటివారినెల్ల మందలించి మాన్పింపవలయును గాని ఉపేక్షింపరాదు. అట్టివారింగాంచి బంధుగులు శ్లాఘింతురుగాని యాక్షేపింపజాలరు. ఒక దీపము వలన ననేకదీపములు వెలిగింపబడునట్లే ఒకరినుండి యొకరు నేర్చికొని మాంసభక్షణ మానుకొందురు. మాంసాహారము మానవులకు అన్నము మొదలగు వానివలె సహజాహారము గాదు. నంజుడుగమాత్ర ముపయోగపడుచున్నందున సులువుగ విసర్జింపవచ్చును. ఏదో ప్రాణావసానకాలమున ఆపద్ధర్మముగ పురాణములలో ఎవరో ఋషులు మాంసము నారగించిరని కొందరాడెడి పలుకుల విని మోసపోరాదు. చక్కని దేహమంతయు నిండగా ఈగలు రసికారెడి పుండుపై వ్రాలునట్లు పురాణములలో నేర్చికొనవలసిన నీతిబోధ లనేకములుండ నీచమాంసాహార సమర్థనమా! ఔరా కలిమాయ! అయితే శ్రీరామునివలె మనలో నొక్కరైనను భార్యను అగ్నియందు దూకింపగల సమర్థులు గలరా? వశిష్ఠునివలె దన నిష్కపటతపశ్చర్యావిశేషంబైన తేజః ప్రభావంబున మాతంగకన్యను నిమేషమాత్రమున సప్తజన్మంబు లెత్తించి దేహమాలిన్యమె గాక మనోమాలిన్యము గూడ బోనార్చి

చిత్రసంస్కారయోగ్యురాలగు నట్లొనర్చి పరిణయం బాడిన యాతని అనన్యసామాన్యతపః ప్రభావసంజనిత మహావిశేషం బున సృష్టిస్థితిలయంబులం బొందింపగలసమర్థత మనయందు గలదా నీచవనితోద్వాహసమస్య నంగీకరించుటకు? అట్లే ఆత్మజ్ఞానపరిపూర్ణులగు ఋష్యాదులు ఆపత్కాలమున కించుక మాంసభక్షణచేసిరేమోగాని మంచిదియగునెడల మరల దానిని పరిగ్రహింపకుండ నేలవదలిరి? యద్దాని నొకచో ఆపద్ధర్మముగ ననుసరించినను వెంటనే వారి సమాధియోగ బల ప్రభావంబునంజేసి దానిచెడుగుల మనోదేహంబుల కంట కుండునట్లొనర్చి అసురభావంబులం గాని, కామాదిమనో వికారంబులంగాని జెందక ప్రశాంతచిత్తులై బ్రహ్మభావం బున ప్రకాశించి జూపిన జితేంద్రియ ధీరత్వంబులు మనయం దెవ్వడైనఁ జూపట్టునా? ఆపైన ధర్మరాజుం జూచి జూదంబును, కుంతీదేవిని గాంచి ధర్మసంతానమును, దశరథునిగాంచి పుత్ర శోకంబున జచ్చుటయునా మనము గ్రహించవలసినధర్మములు.

అది యట్లుండ పూర్వాచార మని మనలో కొందరు మాంసము విడువకున్నారు. ఎచ్చటైనను మంచి పనులకు పూర్వాచారము వర్తించును గాని మాంసభక్షణ, త్రాగుడు, జూదము, దొంగతనము, వ్యభిచారము, స్త్రీసంబంధమగు జాడ్యములు వీటికికూడ పూర్వాచారమేనా? ఆపనులన్నియు తాతతండ్రులు జేసిరని అవశ్యం పితురాచార మని భావించి

కుమారులు కూడ యట్లేనడువవలయు నని నెవ్వరైన ననగల్లుదురా? భక్తశిఖామణి యని కీర్తిగాంచిన ప్రహ్లాదుడు సహితము న్యాయముకొరకు తండ్రిని ధిక్కరించి రాక్షసకులాచార విరుద్ధమైన హరిస్మరణజేసి తరించలేదా? తాతతండ్రులు దురహంకారులై కోర్టుల కెక్కి ధనమును బాడుజేసి ఉరిశిక్షల బొందిన మనుమలు గూడ వారి దారిని బట్టవలసినదేనా? ఎంత విపరీతనిర్ణయమో పరిశీలించుడు. ఎవరు పాపపంకిలంబగు నీచమద్యమాంసముల తిందురో వారు జ్ఞానశూన్యులై శూద్రు లగుదురని వేదశాస్త్రములు చెప్పుచున్నవిగాని మేము శూద్రుల మని భావించి మాంసము తినవలసిన దని చెప్పలేదు.

దొంగలుమాత్రము దొంగిలించిన నేరము గాదా? అందువలన మద్యమాంసముల విసర్జించి అందరును బ్రహ్మజ్ఞానసంపన్నులై మానవోత్తము లగుదురు గాక! ఇప్పుడు మన మారగింపుచున్న కాఫీ మొదలగు పానీయాదులు పూర్వాచారములా? అట్లే ఏయడవిమనుష్యులతోనో చెలిమిజేసిన మోటుమానవులు ఈ మద్యమాంసముల దేశమునందు ప్రాకించియుందురు. దానివలన మనకు కీడు గలుగుచున్నట్లు గ్రహించియుండియు పూర్వాచార మని అభిమానించుట మనలను మనము పాడుజేసికొనుటగాదా? ప్రభుత్వకారాగారములయందు జూద, పాన, వ్యభిచార, చౌర్యాదివృత్తుల నొనర్చియు, హత్యలజేసియు ఎందరు మద్యమాంసాహారులు కఠిన

శిశులపాలై బాధలం గుందుచున్నారో గమనించుడు ! ఏహో నాలుగు పైసలు పిల్లలకు సంపాదించి పారవేసిన చాలునని తలచుచున్నారు. మీరు నేర్పియుంచిన ఆహారపానీయస్వభావములు వారి నేస్థితికి దార్పుచేయునో లోకానుభవమువలన గుర్తించుడు. మీతండ్రి తాతలు రోజునకు ముప్పది నలుబది మైళ్లు నడువగలసమర్థులై యుండెడివారు. మనమో రెండు అరమైలు దూరము గూడ నడువలేని స్థితియం దున్నారము. అట్లే మీరును మీ పూర్వులును వివేకములచే యింద్రియాదులను స్వాధీనపరచుకొనగల్గిరేమోగాని యీనాటి మీబిడ్డలు కామక్రోధదాసులై ఎట్లు ప్రవర్తించి ఏమగుచున్నారో శోధించి చూడండి. మీరు ఆనందముతో వారికి నేర్పి యుంచిన ఆహారస్వభావములే వారి దుఃఖనాశనమునకు కారణములు కాగలవు. కావున సాత్త్వికాహారముల నేర్పి వారిని వివేకవంతులుగ జేసి పుణ్యము గట్టుకొనుడు. మీధనముతో వారికి పనిలేదు. తెలివియుండిన సుఖముగ జీవింపగల్గుదురు.

ఎన్నికపత్రముల బరిశీలించిచూచినను కలరా మశూచికాది నీచరోగములు మద్యమాంసాహారుల యిండ్లలోనే తరచు ప్రారంభమగుచున్నవి. అది యట్లుండ శాకములు చౌకగ లభించును. మాంసమత్స్యములు అధికమగు ధనమును గ్రుమ్మరించినగాని లభించవు. అందుకొరకు ధనమును వెచ్చించి కుటుంబములకు ద్రోహమొనర్చుచున్నారలు సువిశుద్ధముల

పరిశీలింతమన్నను యేయాహారమును మితిమీరి భక్షించుటచే పులుపు మొదలగువాటికి నోటియందు కురుపులలాను పురుగులు పుట్టుచున్నవో! అట్టిది తలచినమాత్రమున శరీరములు కంపరమొందునట్లు జేసి అసహ్యమొదవింప జేయునో! దేనిని భక్షించి నీగ్రోజాతివారు జ్ఞానశూన్యులై అనాగరికులని పరిగణింపబడు చున్నారలో యట్టిమాంసము నీచాహారమై యున్నది.

దృష్టికా అసహ్యము! ఆరోగ్యమా శూన్యము! గౌరవమా బహుహైన్యము. అట్టి ధన, శుచి, ఆరోగ్య, బుద్ధినాశనముల కాకరమైన మాంసాహారములవలన నేమియు ప్రయోజనము లేదని గ్రహించి తక్షణమే విడువవలయునని అందరును గ్రహించుదురుగాక! మరికొందరు దూరాలోచనారహితులు మాంసాహారము పౌరుషమును కలిగించునని తలంచుచున్నారు. పౌరుషమనగా మానము, ధర్మము, సత్యము, దేశము, ఆత్మగౌరవము మొదలగువాటిని గాపాడుటకై వినియోగపరుపబడు శౌర్యమునకు పౌరుషమని పేరు. అంతియెగాని వ్యభిచారగృహములలో దెబ్బలాడుటయు, సజ్జనులతో వితండావాదములొనర్చుటయు, అమాయకుల బెదిరించుటయు, తప్పత్రాగి వీధులలో శునకములవలె కయ్యములాడుటయు, పౌరుషలక్షణములు గావు. అట్టివారిని ప్రజలో ప్రభుత్వమో ముక్కుత్రాళ్ళచే బంధించి అణగద్రొక్కుచునే యుందురు. కావున

www.ingramcontent.com/pod-product-compliance
Lightning Source LLC
LaVergne TN
LVHW080004230825
819400LV00036B/1235
9781245072663